INSIGHT PUBLICA®

Nadakkavu, Kozhikode, Kerala 673011
Tel:0495-4020666
www. insightpublica.com
e-mail: insightpublica@gmail.com

**Irish Nadodikathakal**

(Malayalam)

**PKN Panicker**

First Edition: May 2019

Copyright©Reserved
All Rights reserved. No Part of this Publication may be reproduced, stored in a retrieval system, or transmitted, in any form, or by any means, electronic, mechanical, photocopying, recording or otherwise, without the prior permission of the publisher.

ISBN 978-93-87398-99-3
Printed and Published by
Insightinpublica Printers & Publishers Pvt. Ltd.

# ഐറിഷ്
# നാടോടിക്കഥകൾ

പുനരാവർത്തനം:
പി. കെ. എൻ. പണിക്കർ

1935-ൽ കവിയൂരിൽ ജനനം. കവിയൂർ എൻ.എസ്.എസ് ഹൈസ്കൂൾ, ചങ്ങനാശ്ശേരി എൻ.എസ്.എസ് കോളേജ്, ബനാറസ് ഹിന്ദു യൂണിവേഴ്സിറ്റി (കെമിക്കൽ എൻജിനീയറിംഗ്) എന്നിവിടങ്ങളിൽ വിദ്യാഭ്യാസം. ഇന്ത്യൻ ഇൻസ്റ്റിറ്റ്യൂട്ട് ഓഫ് കെമിക്കൽ എൻജിനീയേഴ്സിന്റെ പ്രസിഡന്റായിരുന്നു. മദിരാശി കേരള സമാജത്തിന്റെയും കെമിക്കൽ ഇൻഡസ്ട്രീസ് അസോസിയേഷന്റെയും. മദിരാശി കേരള വിദ്യാലയത്തിന്റെ കറസ്പോണ്ടന്റും.

**കൃതികൾ-ഇംഗ്ലീഷ്:** Our Earth, Our Environment, Swami Vivekananda, Random Reflections (poems), Insight (poems), Ultimate Triumph (poems) without Borders (poems), Selected poems of A.Ayyappan, Selected poems of vailoppilli Sreedhara Menon, Selected Poems of Akkitham, Selected Poems of 'P' and Selected Poems & Vishnu Narayanan Namboodiri (All English Translations)

**കൃതികൾ-മലയാളം:** ആൽക്കഹോൾ, ലോഹങ്ങളുടെ ലോകം, പല മുഖങ്ങൾ (ഏകാങ്കങ്ങൾ), സ്വപ്നങ്ങൾ (കവിത), അതിരുകൾക്കപ്പുറം (കവിത), ആഫ്രിക്കൻ നാടോടിക്കഥകൾ, ഏഷ്യൻ ആഫ്രിക്കൻ നാടോടിക്കഥകൾ, അമേരിക്കൻ നാടോടിക്കഥകൾ, കൊറിയൻ നാടോടിക്കഥകൾ, ആഫ്രിക്കൻ ഏഷ്യൻ നാടോടിക്കഥകൾ, അമേരിക്കൻ ഭൂഖണ്ഡത്തിൽ നിന്ന് 16 നാടോടിക്കഥകൾ, ഏഷ്യൻ നാടോടിക്കഥകൾ, ജപ്പാനീസ് നാടോടിക്കഥകൾ, ചൈനീസ് നാടോടിക്കഥകൾ,

E-mail : pknpanicker@gmail.com

**പി.കെ.എൻ പണിക്കർ**

# ആമുഖം

നാടോടിക്കഥകൾ അതാതു നാടിന്റെയും നാട്ടുകാരുടെയും പ്രത്യേക സാംസ്കാരിക മൂല്യങ്ങൾ ഉൾക്കൊള്ളും. അതായത് നാട്ടുകാരുടെ ജീവിത രീതികളും ജീവിത വീക്ഷണവും പ്രതിഫലിപ്പിക്കുന്ന അത്തരം കഥകൾ ശേഖരിച്ച് മറ്റു ഭാഷകളിലേക്ക് വിവർത്തനം ചെയ്തു പ്രസിദ്ധപ്പെടുത്തുന്നത് വിഭിന്നങ്ങളായ സംസ്കാരങ്ങളുടെ പരസ്പര പൂരണത്തിനും വളർച്ചക്കും പ്രയോജനപ്പെടുന്നു. ഈ വിധത്തിൽ മറ്റെല്ലാ ഭാഷകളിൽ നിന്നും ശേഖരിച്ച കഥകൾ ധാരാളം ഉള്ളത് ഇംഗ്ലീഷ് ഭാഷയിലാണ്. ഈ പുസ്തകത്തിൽ ഉൾപ്പെടുത്തിയിട്ടുള്ള കഥകൾ ഇംഗ്ലീഷിൽ വന്നിട്ടുള്ള പ്രസിദ്ധീകരണങ്ങളിൽ നിന്ന് പുനരാഖ്യാനം ചെയ്തവയാണ്. എല്ലാം അയർലണ്ട് എന്ന ദ്വീപിൽ പ്രചാരത്തിലുള്ള കഥകൾ. ചില കഥകൾ, അങ്ങനെ തന്നെയോ അല്ലെങ്കിൽ പാഠഭേദങ്ങളോടെയോ യൂറോപ്പിന്റെ മറ്റ് ഭാഗങ്ങളിലും പ്രചാരത്തിൽ ഉണ്ടെന്നും വരാം. നമ്മുടെ കുട്ടികൾക്കും മറ്റ് വായനക്കാർക്കും കൂടുതൽ ആസ്വാദ്യവും സ്വീകാര്യവും ആക്കുക എന്ന ഉദ്ദേശ്യത്തോടെ മൂലകഥകളിൽനിന്ന് ചില ചെറിയ വ്യത്യാസങ്ങൾ അങ്ങിങ്ങായി വരുത്തിക്കൊണ്ടാണ് ഈ പുനരാഖ്യാനം ചെയ്തിട്ടുള്ളത്.

ഇതിനു മുൻപ് ഇതേരീതിയിൽ വിവിധ പ്രസാധകരിൽക്കൂടി പല കഥകളും പ്രസിദ്ധീകരിക്കപ്പെട്ടു. ഈ വാല്യവും കൂടി ചേർക്കുമ്പോൾ ഈ വിധം ഞാൻ പുനരാഖ്യാനം ചെയ്തു പ്രസിദ്ധീകരിച്ച കഥകളുടെ എണ്ണം 120 ആകുന്നു. പുസ്തകങ്ങൾക്ക് വായനക്കാരിൽ നിന്നും കിട്ടിയ സ്വീകരണം ഹൃദ്യമായിരുന്നു എന്ന് വിനയപൂർവ്വം ഓർമിക്കുന്നു.

തർജ്ജമ ചെയ്ത കഥകൾ അപ്പപ്പോൾ വായിച്ച് കേൾക്കുകയും, നമ്മുടെ കുട്ടികളുടെ സാംസ്കാരിക പശ്ചാത്തലത്തിന് യോജിക്കുന്ന രീതിയിൽ ചില പാഠഭേദങ്ങളും മറ്റും നിർദ്ദേശിച്ച് സഹായിച്ച എന്റെ സഹപ്രവർത്തകയും സ്നേഹിതയും, ഭാര്യയുമായ

ലീലാനരേന്ദ്രനോടുള്ള എന്റെ കടപ്പാട് രേഖപ്പെടുത്തുന്നു.

ഈ സമാഹാരം ഇത്രയും നല്ലരീതിയിൽ പ്രസിദ്ധീകരിക്കാൻ മുന്നോട്ടുവന്ന ഇൻസൈറ്റ് പബ്ലിക്കയോടുള്ള കടപ്പാടും രേഖപ്പെടുത്തട്ടെ. കൂടാതെ ഈ സമാഹാരവും മുൻപ് പ്രസിദ്ധീകരിക്കപ്പെട്ടവയേപ്പോലെതന്നെ സ്വീകരിക്കപ്പെടും എന്ന് ആഗ്രഹിക്കുന്നു. ഇത് മലയാളഭാഷയ്ക്ക് ഒരു മുതൽക്കൂട്ടായി അംഗീകരിക്കപ്പെടും എന്ന് വിശ്വസിക്കുന്നു. ആ വിശ്വാസത്തോടെ കൂടുതൽ നാടോടിക്കഥകൾ, ലോകത്തിന്റെ വിവിധ പ്രദേശങ്ങളിലും ഭാഷകളിലുമുള്ള നാടോടിക്കഥകൾ മലയാളത്തിലേക്ക് പുനരാഖ്യാനം ചെയ്ത് പ്രസിദ്ധീകരിക്കാനുള്ള എന്റെ ശ്രമം തുടർന്നു കൊണ്ടേയിരിക്കും.

**പി.കെ.എൻ പണിക്കർ**

## ഉള്ളടക്കം

## അയർലണ്ട്

യൂറോപ്പിന് വടക്കുപടിഞ്ഞാറായി സ്ഥിതിചെയ്യുന്ന ഒരു ദ്വീപാണ് അയർലണ്ട്. കിഴക്ക് തൊട്ടുരുമ്മി കിടക്കുന്ന ദ്വീപ് ബ്രിട്ടൻ. രണ്ടിനും നടുക്ക് അയർലണ്ടു സമുദ്രം. ഉയരം കുറഞ്ഞ പർവ്വത നിരകളും താഴ്വാരങ്ങളും പ്രകൃതി സൗന്ദര്യവുംകൊണ്ട് സംപുഷ്ടമായ ഈ ദ്വീപിന്റെ മൊത്തം വിസ്തൃതി 84,421, ച.കി മീറ്ററും ഏതാണ്ട് 9000 വർഷങ്ങൾക്കു മുൻപ് ഈ പ്രദേശം മുഴുവനും മഞ്ഞുകൊണ്ട് മൂടപ്പെട്ടിരുന്നിരിക്കണം എന്ന് കരുതുന്നു. യൂറോപ്പിന്റെ പല ഭാഗങ്ങളിൽ നിന്നുമായി 400 ബിസി മുതൽ ഈ ദ്വീപിലേക്ക് മനുഷ്യർ കുടിയേറി പാർക്കുകയും തുടങ്ങിയിരുന്നിരിക്കും.

ധാരാളം വനങ്ങളുള്ള ഈ ദ്വീപിൽ ഇഴജന്തുക്കൾ (പാമ്പ്) ഇല്ല എന്നതാണ് ഒരു പ്രത്യേകത. നിബിഡമായ വനങ്ങൾ ഉണ്ടെങ്കിലും മാരക വിഷമുള്ള പാമ്പുകൾ ഇല്ലാത്ത മറ്റൊരു പ്രദേശമാണ് പണ്ടൊക്കെ മഡഗാസ്കർ എന്ന പേരിൽ അറിയപ്പെട്ടിരുന്ന, ആഫ്രിക്കൻ ഭൂഖണ്ഡത്തിന്റെ കിഴക്ക് ഇന്ത്യൻ മഹാസമുദ്രത്തിൽ സ്ഥിതിചെയ്യുന്ന മലഗാസി ദ്വീപ്. അയർലണ്ടിലെ വന്യമൃഗങ്ങളുടെ കൂട്ടത്തിൽ എടുത്തുപറയേണ്ടത് മറ്റൊന്നാണ് അവിടെ ധാരാളമായി കാണുന്ന ചുവന്ന മാൻ (Red Deer). അയർലണ്ടിലെ പ്രധാന ഊർജ്ജ സ്രോതസ്സ് പീറ്റ് ആണ്. ലക്ഷക്കണക്കിന് വർഷങ്ങൾക്കു മുൻപ് ചതുപ്പ് നിലങ്ങളിലോ താഴ്ന്ന പ്രദേശങ്ങളിലോ വളർന്നിരുന്ന മരങ്ങളും ചെടികളും ഉയർന്ന മർദ്ദത്തിനും, ഊഷ്മാവിനും വിധേയമായി രൂപാന്തരപ്പെട്ട് ഉണ്ടായതാണ് കൽക്കരി എന്ന് നാം പഠിച്ചിട്ടുണ്ടാകണം. ഇങ്ങനെ സസ്യവസ്തുക്കളിൽ നിന്നും കൽക്കരി രൂപപ്പെടുന്നതിന് ഏതാണ്ട് നാലുകോടി വർഷങ്ങൾ വേണ്ടിവരും എന്നാണ് കണക്കാക്കപ്പെട്ടിരിക്കുന്നത്. ഈ വിധത്തിൽ കൽക്കരി രൂപപ്പെടുമ്പോൾ, കാലപ്പഴക്കത്തിനനുസരിച്ച് ഉണ്ടാകുന്ന പ്രാഥമിക രൂപങ്ങളാണ് കാണ്ടാമരം, പീറ്റ്, ലിഗ്നൈറ്റ് എന്നിവ. തമിഴ്നാട്ടിൽ നെയ്വേലി എന്ന

സ്ഥലത്ത് ലിഗ്നൈറ്റ് ഖനനം ചെയ്ത് വൈദ്യുതി ഉൽപാദനത്തിന് ഉപയോഗിക്കുന്നു. അയർലണ്ടിൽ പീറ്റ് ധാരാളമായി ഉപയോഗിക്കുന്നു. വീടുകളിൽ പാചകം ചെയ്യാനും, വ്യവസായ ശാലകളിലും, വൈദ്യുതി ഉൽപാദിപ്പിക്കാനും പീറ്റ് ഉപയോഗിക്കുന്നു. മറ്റൊരു പ്രധാന ഊർജ്ജസ്രോതസ്സ് നാച്ചുറൽഗ്യാസ് ആണ്. ഏതാണ്ട് എല്ലാ വീടുകളിലും നാച്ചുറൽ ഗ്യാസ് കിട്ടുവാനുള്ള സൗകര്യം ഇവിടെയുണ്ട്.

യൂറോപ്പിന്റെ ഭാഗമായിത്തന്നെ കണക്കാക്കപ്പെടുന്ന ഈ ദ്വീപിലും അധികാരത്തിനുവേണ്ടിയുള്ള കരുനീക്കങ്ങളും വിഭിന്നവിഭാഗങ്ങൾ തമ്മിൽ യുദ്ധവും വിരളമായിരുന്നില്ല. 1297 ലാണ് അയർലണ്ടിന് സ്വന്തമായ ഒരു ജനപ്രതിനിധി സഭ (parliament) ഉണ്ടായത്. എന്നിരുന്നാലും പുറമേ നിന്നുള്ള ആക്രമണങ്ങൾ തുടർന്നുകൊണ്ടേയിരുന്നു. തൽഫലമായി 1801-ൽ ബ്രിട്ടന്റെയും അയർലണ്ടിന്റെയും പാർലിമെന്റുകളുടെ തീരുമാനപ്രകാരം ഒന്നുചേർന്ന 'യുണൈറ്റഡ് കിംഗ്ഡം ഓഫ് ഗ്രേറ്റ് ബ്രിട്ടൻ ആൻഡ് അയർലണ്ട് (യു.കെ)' എന്ന് അറിയപ്പെടുന്ന രാഷ്ട്രത്തിന് രൂപം നൽകി.

എന്നാൽ പലകാരണങ്ങൾകൊണ്ടും ആഭ്യന്തര അന്തരീക്ഷം ശാന്തമായിരുന്നില്ല. ബ്രിട്ടണും അയർലണ്ടും തമ്മിൽ സംഘർഷം തുടർന്നു കൂടെത്തന്നെ ക്രിസ്തുമത വിഭാഗങ്ങളായ കത്തോലിക്കരും പ്രൊട്ടസ്റ്റൻന്റുകളും തമ്മിൽ രാഷ്ട്രീയ സാമൂഹിക കാര്യങ്ങളിൽ ഉണ്ടായ അകൽച്ചയും സംഘർഷങ്ങളുടെ തീവ്രത വർദ്ധിപ്പിക്കാൻ കാരണമായി.

1949ൽ അയർലണ്ട് രണ്ടായി വിഭജിക്കപ്പെടുകയും, വിസ്തൃതിയിൽ 83 ശതമാനം അടങ്ങുന്ന തെക്കൻ അയർലണ്ട് റിപ്പബ്ലിക് ഓഫ് അയർലണ്ട് (Republic of Ireland) എന്ന ജനാധിപത്യ രാഷ്ട്രമായി പൂർണമായി അംഗീകരിക്കപ്പെട്ടു. കൂടെത്തന്നെ ബ്രിട്ടീഷ് ചക്രവർത്തിയുടെ കൊടിക്കീഴിൽ പ്രവർത്തിച്ചിരുന്ന കോമൺ വെൽത്തിൽ നിന്ന് വെളിയിൽ വരുകയും ചെയ്തു. 17 ശതമാനം വിസ്തൃതിയുള്ള വടക്കൻ അയർലണ്ട് ബ്രിട്ടനിൽ തുടരുന്നു. എങ്കിലും വടക്കൻ അയർലണ്ട് ഒരു സ്വയം ഭരണാധികാരമുള്ള ഭാഗമായിട്ടാണ് പ്രവർത്തിക്കുന്നത്.

ഒരു കാലത്ത് യൂറോപ്പിലെ സാമ്പത്തികമായി പിന്നോക്കം നിന്നിരുന്ന പ്രദേശങ്ങളിൽ ഒന്നായിരുന്ന അയർലണ്ട് ഇന്ന് ലോകത്തിലെ സമ്പന്നരാഷ്ട്രങ്ങളിൽ ഒന്നായി വളർന്നിരിക്കുന്നു. 50 ലക്ഷത്തിനടുത്ത് ജനസംഖ്യയുള്ള ഈ യൂറോപ്യൻ രാജ്യത്തിൽ 2 ശതമാനം ഏഷ്യക്കാരാണ് ഉള്ളത്. ആളോഹരി വരുമാന പട്ടികയിൽ 2012 ലെ കണക്കനുസരിച്ച് ലോക രാഷ്ട്രങ്ങളിൽ 14-ാമത്തെ സ്ഥാനം അയർലണ്ടിന്റേതാണ്. പ്രതിവർഷം ആളോഹരി വരുമാനം

2012-ൽ, യു.എസ്. ഡോളർ 46,000ന് അടുത്താണ്.

ഐറിഷ് ആണ് രാഷ്ട്രഭാഷയായി അംഗീകരിക്കപ്പെട്ടിരിക്കുന്നത്. എങ്കിലും ഇംഗ്ലീഷാണ് കൂടുതൽ വ്യാപകമായി ഉപയോഗത്തിൽ ഉള്ളത്. എല്ലാ ഔദ്യോഗിക രേഖകളും രണ്ട് ഭാഷകളിലും ലഭ്യമാണ്.

70,273 ച.കി മീറ്റർ വിസ്തൃതി. ജനസംഖ്യയുടെ 84 ശതമാനം റോമൻ കത്തോലിക്കർ തലസ്ഥാന നഗരം ഡബ്ലിൻ. കോർക്ക് ലിമെറിക്, ഗാൽവേ എന്നിവ അയൽണ്ടിലെ മറ്റ് പ്രധാന നഗരങ്ങൾ.

അയർലണ്ടിലെ ഏറ്റവും ധനികനായ പൗരൻ, മുംബയിൽ ജീവിക്കുന്ന ഇന്ത്യൻ വംശജനായ 'പാലോനജി മിസ്തിരി' ആണെന്നു പറഞ്ഞാൽ വിശ്വസിക്കാനാകുമോ (The Journal Le Sunday 15th December 2013)

ബ്രിട്ടന്റെ കീഴിൽ ഒരു സ്വയംഭരണാവകാശമുള്ള പ്രദേശമായി തുടരുന്ന വടക്കൻ അയർലണ്ടിന്റെ തലസ്ഥാനം ബെൽഫാസ്റ്റ് നഗരമാണ്. ഏതാണ്ട് 2,86000 ജനസംഖ്യ വരുന്ന ഈ നഗരം, ലിനൻ എന്നപേരിൽ അറിയപ്പെടുന്ന തുണിക്കും, പുകയില ഉൽപ്പന്നങ്ങൾക്കും പ്രസിദ്ധമാണ്. ബൽഫാസ്റ്റ് കലാസാംസ്കാരിക രംഗത്തും വിദ്യാഭ്യാസ രംഗത്തും ഉയർന്ന നിലവാരം പുലർത്തുന്നു. വടക്കൻ അയർലണ്ടിൽ 18 ലക്ഷം വരുന്ന ജനസംഖ്യയിൽ 42 ശതമാനം റോമൻ കത്തോലിക്കരും 41 ശതമാനം പ്രൊട്ടസ്റ്റന്റുകളും ആണ്. ഈ രണ്ട് മതവിഭാഗങ്ങൾ തമ്മിൽ സംഘർഷം ഒരു തുടർക്കഥയായി തുടരുകയാണ്.

# പന്ത്രണ്ട് ചക്രവാകപ്പക്ഷികൾ

പണ്ട് പണ്ട് അയർലണ്ടിലെ ഏതോ ഒരു ചെറിയ പ്രദേശത്ത്, അവരുടെ രാജാവും രാജ്ഞിയും വളരെ സന്തോഷത്തോടെ ജീവിച്ചുവന്നിരുന്ന ഒരു കാലത്ത് നടന്ന ഒരു കഥയാണ് ഇത്. അവർക്ക് പന്ത്രണ്ട് പുത്രന്മാർ ഉണ്ടായിരുന്നു. നല്ല ചുറുചുറുക്കുള്ള സുന്ദരക്കുട്ടന്മാർ. പക്ഷേ, രാജ്ഞിയുടെ മനസ്സിൽ ഒരു സങ്കടം മാത്രം ഉണ്ടായിരുന്നു; തനിക്ക് ഒരു മകൾ ഇല്ലല്ലൊ എന്ന സങ്കടം അത് അങ്ങനെയാണല്ലൊ, നാം എപ്പോഴും ഉള്ളതിനെ ഓർത്ത് സന്തോഷക്കുന്നതിന് പകരം ഇല്ലാത്തതിനെ ഓർത്ത് ദുഃഖിക്കും.

അന്നൊരു ദിവസം കൊട്ടാരത്തിന് ചുറ്റുമുള്ള പ്രദേശങ്ങളെല്ലാം മഞ്ഞിൽ കുളിച്ചുനിന്നിരുന്നു. സുന്ദരമായ കാഴ്ച രാജ്ഞി ജനാലയിൽക്കൂടി നോക്കി നിൽക്കുകയായിരുന്നു. അപ്പോൾ ഒരു ഇറച്ചിവെട്ടുകാരൻ ഒരു ചെറിയ കാളക്കുട്ടനെ അയാളുടെ കത്തികൊണ്ട് വെട്ടിക്കൊല്ലുന്നത് കാണാൻ ഇടയായി. കാളയുടെ കഴുത്തിൽനിന്നും ഒഴുകിയ ചോരയുടെ ചുവപ്പ് രാജ്ഞിക്ക് ആകർഷകമായി തോന്നി. അവർ സ്വയം പറഞ്ഞു.

"ഓ എനിക്ക് അവിടെ കാണുന്ന മഞ്ഞുപോലെ വെളുത്ത ദേഹവും ആ രക്തം പോലെ ചുവന്ന തുടിക്കുന്ന കവിളുകളും കാക്കയുടേതു പോലെ കറുത്ത മുടിയും ഉള്ള ഒരു മകൾ ഉണ്ടായിരുന്നു എങ്കിൽ - ഉണ്ടായിരുന്നെങ്കിൽ ഞാനവൾക്കുവേണ്ടി എന്റെ പന്ത്രണ്ട് പുത്രന്മാരെയും ത്യജിക്കുവാൻ തയ്യാറായിരുന്നിരിക്കും."

അവർ അങ്ങനെ പറഞ്ഞതും അവരുടെ മനസ്സിൽ എന്തെന്നില്ലാത്ത ഒരു ഭയം ഉണ്ടായി അവരുടെ ദേഹം ആസകലം ഒന്ന് നടുങ്ങി. കൂടാതെ വളരെ ദുർമുഖിയായ ഒരു കിഴവി അവരുടെ മുന്നിൽ പ്രത്യക്ഷപ്പെട്ടു

ആ കിഴവി പറഞ്ഞു.

“ഹേ! രാജകുമാരി, നീ പറഞ്ഞത് ക്രൂരമായിപ്പോയി എങ്കിലും നിന്റെ ആഗ്രഹം ഞാൻ സാധിച്ചുതരും. നിനക്ക് നീ ആഗ്രഹിക്കു ന്നതുപോലെ ഒരു പെൺകുഞ്ഞ് ജനിക്കും. പക്ഷേ നിന്റെ ക്രൂരതക്ക് ശിക്ഷയായി, പെൺകുട്ടി ജനിക്കുന്ന അതേസമയം നിനക്ക് നിന്റെ പന്ത്രണ്ട് പുത്രന്മാരും നഷ്ടപ്പെടും”

അത്രയും പറഞ്ഞുതീർന്നതും ആ കിഴവി മറഞ്ഞുപോകുകയും ചെയ്തു.

രാജ്ഞി ഒട്ടും പ്രതീക്ഷിച്ച ഒന്നായിരുന്നില്ല ആ സംഭവം. എങ്കിലും കിഴവി പറഞ്ഞതുപോലെ രാജ്ഞി വീണ്ടും ഗർഭവതിയായി. പ്രസവ സമയം അടുത്തപ്പോൾ രാജ്ഞി തന്റെ പുത്രന്മാരെയെല്ലാം സുരക്ഷിത മായ ഒരു പ്രത്യേക മുറിയിൽ താമസിപ്പിച്ചു. ആ മുറിയിൽ മറ്റാർക്കും പ്രവേശനം ഇല്ലായിരുന്നു. രാജകുമാരന്മാർക്കും മുറിവിട്ട് പോകാൻ അനുവാദം ഇല്ലായിരുന്നു. കൂടാതെ മുറിക്ക് ചുറ്റിനും എല്ലാവിധ സുരക്ഷാ സംവിധാനങ്ങളും ഏർപ്പെടുത്തിയിരുന്നു.

അന്നൊരു ദിവസം രാജ്ഞി പ്രതീക്ഷിച്ചിരുന്നതുപോലെ അതീ വസുന്ദരിയായ ഒരു പെൺകുഞ്ഞിനെ പ്രസവിച്ചു. കുഞ്ഞ് ജനിച്ച സമയത്ത് കൊട്ടാരമാകെ ഒന്ന്കുലുങ്ങിയതുപോലെ എല്ലാവർക്കും അനുഭവപ്പെട്ടു. പ്രതീക്ഷിക്കാത്ത വിധം ഒരു ചുഴലിക്കാറ്റ്,. കൂടാതെ എങ്ങുനിന്നോ വന്ന ഒരു ഭയാനകമായ ശബ്ദവും.

കുമാരന്മാർ തങ്ങിയിരുന്ന മുറിക്ക് കാവൽ നിന്ന ഭടന്മാർ ആ സമയത്ത് കണ്ടത് അവിശ്വസനീയമായ ഒരു കാഴ്ചയാണ്. കുമാ രന്മാർ മനുഷ്യരൂപം നഷ്ടപ്പെട്ട് ചക്രവാകപ്പക്ഷികളായി മാറി ജനാലകളിൽകൂടി വെളിയിലേക്ക്, ദൂരങ്ങളിലേക്ക് പറന്ന് മറയുന്ന കാഴ്ചകണ്ട് അവർ അതിശയിച്ച് അന്തം വിട്ടുനിന്നു. രാജാവും രാജ്ഞിയും പുത്രന്മാർ നഷ്ടപ്പെട്ടതിൽ അതീവ ദുഃഖിതരായിരുന്നു. കാലം കടന്നുപോയി. രാജകുമാരിയെ എല്ലാവർക്കും ഇഷ്ടമായിരുന്നു. രാജകുമാരി സ്നോവൈറ്റ് എന്നും റോസ്റെസ് എന്നും മറ്റുമുള്ള ഓമന പ്പേരുകളിൽ അറിയപ്പെട്ടു. കുമാരിക്ക് ഏതാണ്ട് പന്ത്രണ്ട് വയസ്സ് തികഞ്ഞതും അവൾ ദുഃഖിതയായി കാണപ്പെട്ടു എങ്ങനെയോ കുമാരി തന്റെ ജനനത്തിന് പിന്നിലുണ്ടായിരുന്ന ശോക കഥ അറിയാൻ ഇടയായി. കുമാരി ഒരു ദിവസം അമ്മയോടു പറഞ്ഞു.

“അമ്മേ, ഞാൻ കാരണമല്ലേ എന്റെ നിർദ്ദോഷികളായ സഹോ ദരന്മാർക്ക് ഇങ്ങനെ ഒരു ദുരവസ്ഥ ഉണ്ടായത്? അതുകൊണ്ട് ഞാൻ അവരെ അന്വേഷിച്ച് പോകുകയാണ്. അവരെ സാന്ത്വനപ്പെടുത്തേ ണ്ടത് എന്റെ കടമയാണ്. അവർക്ക് മനുഷ്യരൂപത്തിൽ മാതാപി താക്കളുടെ അടുത്തേക്ക് മടങ്ങിവരുവാൻ എന്നാൽ കഴിയുന്ന എല്ലാ

സഹായങ്ങളും ചെയ്യാൻ ഞാൻ കടമപ്പെട്ടിരിക്കുന്നു. അതുകൊണ്ട് ഞാൻ പോകുന്നു"

രാജാവും രാജ്ഞിയും അവളെ ആ സരംഭത്തിൽ നിന്നും പിൻതിരിപ്പിക്കാൻ ശ്രമിച്ചു എങ്കിലും അവൾ വഴങ്ങിയില്ല. അവൾ അന്നുതന്നെ കൊട്ടാരം വിട്ട് യാത്ര തിരിച്ചു.

കൊട്ടാരത്തിന്റെ പ്രാന്തപ്രദേശങ്ങളിൽ ഉണ്ടായിരുന്ന വനത്തിൽ ക്കൂടി അന്ന് പകൽ മുഴുവനും സഞ്ചരിച്ച് അവൾ സന്ധ്യ ആയപ്പോഴേക്കും എത്തിച്ചേർന്നത് വനത്തിന്റെ നടുവിൽ ഉണ്ടായിരുന്ന ഒരു തുറന്ന സ്ഥലത്തും. അവിടെ ഒരു ചെറിയ ബംഗ്ലാവും ഉണ്ടായിരുന്നു. ബംഗ്ലാവിന്റെ ചുറ്റും പൂത്ത് കുലുങ്ങിനിൽക്കുന്ന ധാരാളം ചെടികളും വിസ്തൃതമായ ഒരു പുൽത്തകിടിയും ഉണ്ടായിരുന്നു. ബംഗ്ലാവിനുള്ളിൽ ആരെങ്കിലും ഉണ്ടോ എന്നറിയാൻ അവൾ കതികിന് തട്ടി വിളിച്ചു. ആരും അകത്തുനിന്നു പ്രതികരിച്ചില്ല. പക്ഷേ, കതക് തുറന്നിരിക്കുകയാണെന്ന് കുമാരിക്ക് മനസ്സിലായി. കതക് മെല്ലെത്തുറന്ന് അകത്തുകയറിയ കുമാരി കണ്ടത് തികച്ചും അപ്രതീക്ഷം ആയിരുന്നു.

ഒരു വിശാലമായ മുറിയിൽ മധ്യത്തിലായി തീൻമേശക്ക് ചുറ്റിനും പന്ത്രണ്ടു കസേരകൾ. മേശപ്പുറത്ത് കഴിക്കാൻ പാകത്തിന് ആഹാരം. പന്ത്രണ്ട് നിരനിരയായി വെച്ചിരിക്കുന്ന തട്ടുകൾ. കൂടാതെ മേശപ്പുറത്ത് കേക്ക്, പലവിധ പഴങ്ങൾ, കുടിക്കാൻ വെള്ളം, അങ്ങനെ എല്ലാം തികഞ്ഞ ഒരു സദ്യവട്ടം. അടുത്തുണ്ടായിരുന്ന മറ്റൊരു വിശാലമായ മുറിയിൽ പന്ത്രണ്ട് കിടക്കകൾ. എല്ലാം നല്ല വണ്ണം അലക്കിതേച്ച വിരിപ്പുകൾ കൊണ്ട് മൂടിയിരിന്നു. കുമാരി വീട് തികഞ്ഞ കൗതുകത്തോടെ ചുറ്റികണ്ടുകൊണ്ടിരിക്കുമ്പോൾ പന്ത്രണ്ട് ചക്രവാകപ്പക്ഷികൾ അകത്തേക്ക് പറന്നുവന്നു. അവ തറയിൽ നിന്നതും ചക്രവാകപ്പക്ഷികളുടെ രൂപം വെടിഞ്ഞ് സുന്ദരന്മാരായ യുവാക്കളായി മാറുന്നത് തികച്ചും അത്ഭുതകരമായ ഒരു കാഴ്ചയായിരുന്നു. അവളെക്കണ്ടപ്പോൾ അവരുടെ പ്രസന്നമായ മുഖങ്ങൾ വാടിപ്പോയതും അവൾ ശ്രദ്ധിച്ചു.

അവരിൽ മൂത്തവൻ പറഞ്ഞു.

"എത്ര ദുഃഖകരമായ ഒരു സന്ദർഭമാണ് ഇത്. ഹേ! സുന്ദരിയായ പെൺകുട്ടീ നിന്നെ ആരാണ് ഇപ്പോൾ ഇവിടേയ്ക്ക് ക്ഷണിച്ചത്? ഇവിടെ വന്നത് നിന്റെ നിർഭാഗ്യം തന്നെയാണ്, സംശയമില്ല."

"എന്ത്? എന്താണ് താങ്കൾ പറയുന്നത്?"

"അതെ, ഞങ്ങൾ പന്ത്രണ്ട് സഹോദരന്മാരും ഒരു ശപഥം എടുത്തിട്ടുണ്ട്. ഞങ്ങൾ ഞങ്ങളുടെ വീട് ഉപേക്ഷിച്ച് പോന്നതിനുശേഷം

ആദ്യം കാണുന്ന സ്ത്രീയെ വധിക്കുമെന്ന്. അത് ആരായിരുന്നാലും. ഇത് ഞങ്ങളുടെ വീട്ടുവീഴ്ചയില്ലാത്ത ശപഥമാണ്. ഇപ്പോൾ നിന്നെപ്പോലെ അതീവ സുന്ദരിയായ ഒരു പെൺകുട്ടിയെ ക്രൂരമായി വധിക്കേണ്ടത് ഞങ്ങളുടെ കടമയായിരിക്കുന്നു. വളരെയധികം നിർഭാഗ്യകരമായ ഒരു കടമ."

"സഹോദരന്മാരെ, നിങ്ങളെന്താണ് ഈ പറയുന്നത്. ഞാൻ നിങ്ങളുടെ ഏക സഹോദരിയാണ്. നിങ്ങൾക്കുണ്ടായ ദുരവസ്ഥയിൽ നിന്ന് നിങ്ങളെ മോചിപ്പിക്കുമെന്ന് ശപഥമെടുത്ത് അച്ഛനേയും അമ്മയേയും വിട്ട്, കൊട്ടാരത്തിലെ സകല സുഖസൗകര്യങ്ങളും ത്യജിച്ച് ഇറങ്ങിത്തിരിച്ചിരിക്കുന്ന എന്നെ നിങ്ങൾ കൊല്ലുമെന്നോ?"

അവളുടെ സംസാരം കേട്ട്, സഹോദരന്മാരിൽ മൂത്തവൻ പറഞ്ഞു.

" സഹോദരീ, ഞങ്ങൾ തീർത്തും കഷ്ടത്തിലാണ്. ഞങ്ങൾക്കെല്ലാവർക്കും നിഷ്കളങ്കയായ നിന്നോട് വളരെയധികം സ്നേഹം ഉണ്ട്. സത്യം. പക്ഷേ ഞങ്ങളുടെ ശപഥം"

തികച്ചും നിശ്ചലമായ, നിശ്ശബ്ദമായ കുറേ നിമിഷങ്ങൾ കടന്നുപോയി. ആരും ഒന്നും പറഞ്ഞില്ല. കുറച്ചു നേരത്തിനുശേഷം മറ്റൊരു സഹോദരൻ ചോദിച്ചു.

"അതേ ജ്യേഷ്ഠാ. നമുക്കിവളോട് തീർച്ചയായും വാത്സല്യമുണ്ട്. ഇവൾ നിഷ്കളങ്കയുമാണ്. നമ്മുടെ സ്നേഹം മാത്രം പ്രതീക്ഷിച്ചാണ് ഇവൾ ഇവിടെ വന്നിരിക്കുന്നതെന്നും നമുക്കറിയാം. പക്ഷേ നമ്മുടെ ശപഥം നിറവേറേണ്ട കടമ നമുക്കില്ലേ? നമ്മൾ എന്തു ചെയ്യും"

മറ്റൊരു സഹോദരനും ചോദിച്ചു.

"നാം കടമ നിറവേറ്റണ്ടേ?"

"വേണ്ട" ഇടിമുഴക്കം പോലെ കേട്ട ആ ശബ്ദം അപ്രതീക്ഷിതമായി അവരുടെ നടുവിൽ പ്രത്യക്ഷപ്പെട്ട ഒരു പ്രായമായ സ്ത്രീയുടേതായിരുന്നു. എല്ലാവരും അതിശയത്തോടെ അവരെ നോക്കി നിന്നു. അവർ തുടർന്നു.

"നിങ്ങൾ ആ ശപഥം നിറവേറ്റണ്ടതില്ല. പകരം നിങ്ങൾ ചെയ്യേണ്ടത് എന്താണെന്ന് ഞാൻ പറഞ്ഞുതരും"

അവർ രാജകുമാരിയെ അടുത്തുനിർത്തി പറഞ്ഞു.

"ഇവൾ നിങ്ങളുടെ സഹോദരിയാണ്. നിങ്ങൾ അനുഭവിച്ചുകൊണ്ടിരിക്കുന്ന ശാപത്തിൽ നിന്നും ഇവൾ നിങ്ങളെ മോചിപ്പിക്കും. അതുകൊണ്ട് നിങ്ങൾ ഇവൾക്ക് വേണ്ട എല്ലാ സൗകര്യങ്ങളും ചെയ്തുകൊടുക്കണം. കൂടാതെ എപ്പോഴും ഇവളുടെ രക്ഷക്കായി അടുത്തുണ്ടാകണം. എന്താ മനസ്സിലായോ?"

അവർ ആ സഹോദരന്മാരോട് അങ്ങനെ പറഞ്ഞതിന് ശേഷം കുമാരിയോട് പറഞ്ഞു.

“ഈ വനത്തിൽ നിന്ന് കിട്ടുന്ന പഞ്ഞികൊണ്ട് നൂൽക്കുന്ന നൂലുകൊണ്ട് നിന്റെ പന്ത്രണ്ട് സഹോദരന്മാർക്കും ഓരോ ഉടുപ്പ് നീ തുന്നണം. ഉടുപ്പുകൾ തുന്നിത്തീരുന്നതുവരെ നീ വാ തുറന്ന് ഒരക്ഷരം പോലും ആരോടും സംസാരിക്കാൻ പാടില്ല. ചിരിക്കാനും പാടില്ല. ഇങ്ങനെ ചെയ്യുകയാണെങ്കിൽ ഉടുപ്പുകൾ തയ്യാറാക്കിക്കഴിഞ്ഞാൽ നീ അവ സഹോദരന്മാർക്ക് കൊടുക്കണം. ഉടുപ്പുകൾ ധരിക്കുമ്പോൾ നിന്റെ സഹോദരന്മാർക്ക് ശാപമോക്ഷം കിട്ടും. പക്ഷേ യാതൊരു കാരണവശാലും ഈ നിബന്ധനകൾ ലംഘിക്കാൻ പാടില്ല. ലംഘിച്ചാൽ ഇവർക്ക് ശാപമോക്ഷം കിട്ടുകയില്ല. എന്നു മാത്രമല്ല, നീയും വലിയ കഷ്ടതകൾ അനുഭവിക്കേണ്ടിവരും. മറ്റൊരു കാര്യം ഇത് നിസ്സാരമായ ജോലിയാണെന്ന് കരുതേണ്ട. ഉടുപ്പുകൾ തുന്നി തീർക്കാൻ അഞ്ചു വർഷങ്ങൾ വേണ്ടിവരും. അതായത്, അഞ്ചുവർഷങ്ങൾ യാതൊരു കാരണവശാലും വാ തുറക്കാൻ പാടില്ല. എന്താ, നല്ലതുപോലെ മനസ്സിലായോ? അവർ കുമാരിയെ സൂക്ഷിച്ചു നോക്കി. തികഞ്ഞ ഗൗരവത്തോടെ കുമാരി പറഞ്ഞു.

“ഞാൻ തയ്യാറാണ്. ഇന്നുതന്നെ ഞാൻ എന്റെ ഈ വ്രതവും ജോലിയും ആരംഭിക്കുന്നതാണ്.”

“എങ്കിൽ നിങ്ങൾക്കെല്ലാം നല്ലത് വരും”. അത്രയും പറഞ്ഞ് ആ സ്ത്രീ അവിടെനിന്നും അപ്രത്യക്ഷയായി.

കുമാരിയുടെ വാക്കുകൾ കേട്ട സഹോദരന്മാർ അതീവ സന്തുഷ്ടരായി. സന്തോഷം കൊണ്ട് മതിമറന്ന അവർ കൊച്ചനുജത്തിയെ കെട്ടിപ്പിടിക്കുകയും വാരിയെടുത്ത് ഉമ്മ വെയ്ക്കുകയും ചെയ്തു. അങ്ങനെ അത്യധികം സന്തോഷത്തോടെ കുറെ സമയം ചിലവഴിച്ചു. പിന്നീട് എല്ലാവരും കുറച്ചുനേരം ഉറങ്ങി. നേരം വെളുത്തപ്പോൾ സഹോദരന്മാർ പക്ഷികളായി മാറി പുറത്തേക്ക് പറന്നുപോയി. കുമാരി അടുത്തുള്ള വനത്തിൽ പോയി പഞ്ഞി ശേഖരിച്ചു. ആരോടും ഒന്നും സംസാരിക്കാതെ നൂൽ നൂൽക്കാൻ ആരംഭിച്ചു.

അങ്ങനെ ദിവസങ്ങൾ കടന്നുപോയി. കുമാരി മൗന വ്രതയായി തന്റെ ജോലി തുടർന്നു. സന്ധ്യ ആയാൽ മടങ്ങിവരുന്ന സഹോദരന്മാർ അവളുടെ ചുറ്റും സ്നേഹത്തോടെ നടന്ന് അവൾക്ക് വേണ്ട എല്ലാ സൗകര്യങ്ങളും ഒരുക്കി കൊടുത്തു. അങ്ങനെ മൂന്ന് വർഷങ്ങൾ കഴിഞ്ഞു. അപ്പോഴേക്കും അവൾ എട്ട് ഉടുപ്പുകൾ തയ്യാറാക്കി. ആ സമയത്താണ് അവരുടെ ജീവിതത്തിൽ മറ്റൊരു സംഭവം അരങ്ങേറിയത്.

കുമാരി വീട്ടുമുറ്റത്ത് ഒരു ഷർട്ട് തുന്നിക്കൊണ്ടിരിക്കുകയായിരുന്നു. അപ്പോൾ വളരെ സുന്ദരനായ ഒരു ചെറുപ്പക്കാരൻ കുതിരപ്പുറത്ത് വീട്ടുമുറ്റത്ത് എത്തി. ആ കുമാരൻ കുതിരപ്പുറത്തു നിന്ന് ഇറങ്ങി അവളോട് കുശലം ചോദിച്ചു. അവൾ അയാളെ നോക്കി ഇരുന്നത ല്ലാതെ മറുപടി ഒന്നും പറഞ്ഞില്ല. അയാൾക്ക് കണ്ടപ്പോൾ തന്നെ അവളെ വളരെ ഇഷ്ടമായി. അതുകൊണ്ട് അയാൾ താൻ അടുത്തുള്ള ഒരു നാട്ടിലെ രാജകുമാരൻ ആണെന്നും, തനിക്ക് അവളെ ഇഷ്ടപ്പെട്ടു എന്നും, അങ്ങനെ പലതും പറഞ്ഞു മനസ്സിലാക്കാൻ ശ്രമിച്ചു. അവൾ കേട്ടതിനെല്ലാം തലകുലുക്കുകയല്ലാതെ മറുപടി ഒന്നും പറഞ്ഞില്ല.

അന്ന് തിരികെപോയ ആ കുമാരൻ വീണ്ടും പല ദിവസം അവിടെചെന്ന് അവളോട് മണിക്കൂറുകൾ സംസാരിച്ചു. എല്ലാം കേട്ട് അവൾ തലകുലുക്കുക മാത്രം ചെയ്തു. ഒരുപക്ഷേ അവൾ മൂകയായി രിക്കും എന്ന് കുമാരൻ സംശയിച്ചു. എന്നാലും കുമാരന് അവളെ സ്നേഹിക്കാതിരിക്കാൻ കഴിഞ്ഞില്ല. അവൾക്ക് ആ സ്നേഹം തിരികെ ഉണ്ടായിരിക്കുമോ എന്ന് കുമാരന് അറിയില്ലായിരുന്നു. എങ്കിലും ഒരു ദിവസം കുമാരൻ ധൈര്യം സമ്പാദിച്ച് അവളോട് പറഞ്ഞു.

“കുമാരി, ഞാൻ നിന്നെ വളരെയധികം സ്നേഹിക്കുന്നു. നിന്നെ വിവാഹം കഴിക്കാൻ ഞാനാഗ്രഹിക്കുന്നു. നീ എന്റെ കൂടെ എന്റെ കൊട്ടാരത്തിലേക്ക് വരില്ലേ?

കുറച്ച് ആലോചിച്ചതിനുശേഷം അവൾ തന്റെ സമ്മതം തലകുലു ക്കി പ്രകടിപ്പിച്ചു. കൂടാതെ തനിക്ക് കുമാരനോടുള്ള സ്നേഹം പ്രകടി പ്പിക്കുവാനും, അദ്ദേഹത്തിന്റെ വീട്ടിലേക്ക് പോകാൻ സമ്മതിക്കുന്നു എന്ന് മനസ്സിലാക്കി കൊടുക്കുവാനും, അവൾ കുമാരന്റെ കൈ തന്റെ കൈയിലെടുത്തു രോമാഞ്ചം കൊള്ളിക്കുന്ന വിധം ഒരു ചുംബനം നൽകുകയും ചെയ്തു.

കുമാരന്റെ ക്ഷണം സ്വീകരിച്ച് അവൾ അയാളുടെകൂടെ കുതിരപ്പു റത്ത് കയറി യാത്ര തിരിച്ചു. തന്റെ സഹോദരന്മാരെ വിട്ടുപിരിയുന്ന തിൽ കുമാരിക്ക് അതിയായ സങ്കടം ഉണ്ടായിരുന്നു. അവരോട് ഒന്ന് വിടപറയാൻ കഴിഞ്ഞില്ല. പക്ഷേ, അവൾക്ക് നിശ്ചയമുണ്ടായിരുന്നു, സഹോദരന്മാർക്ക് തന്റെ പുതിയ വാസസ്ഥലം നിഷ്പ്രയാസം കണ്ടെ ത്താൻ കഴിയുമെന്ന്. കുതിരപ്പുറത്ത് കയറിയപ്പോൾ കൂടയിൽ സൂക്ഷി ച്ചിരുന്ന പഞ്ഞിയും, നൂലും, തീർന്നതും അല്ലാത്തതുമായ ഉടുപ്പുകളും എടുക്കാനും അവൾ മറന്നില്ല.

കുമാരന്റെ സന്തോഷം പറഞ്ഞറിയിക്കാൻ കഴിയുന്നതിലും കൂടു തലായിരുന്നു. എങ്കിലും ചിറ്റമ്മ തന്റെ ഈ പ്രവൃത്തിയെ എങ്ങനെ സ്വീകരിക്കുമെന്ന ഒരു ശങ്ക കുമാരന്റെ മനസ്സിൽ ഉണ്ടായിരുന്നു.

ചിറ്റമ്മ തന്റെ സ്നേഹിതയോട്, വിവാഹം കഴിച്ച് തന്റെ ഭാര്യ യാകാൻ പോകുന്ന ഈ ക്കുട്ടുകാരിയോട്, എങ്ങനെ പെരുമാറും എന്ന സന്ദേഹവും കുമാരന് ഉണ്ടായിരുന്നു. ഏതായാലും കുമാരൻ അതൊന്നും കാര്യമായി കണക്കാക്കിയില്ല. കുറച്ച് നേരത്തെ യാത്ര ക്കുശേഷം അവർ കുമാരന്റെ കൊട്ടാരത്തിൽ എത്തി.

അവിടെ ചിറ്റമ്മയുടെ സ്വീകരണം സംശയിച്ചിരുന്നതുപോലെ അത്ര സുഖകരം ആയിരുന്നില്ല. എങ്കിലും രാജകുമാരന്റെ അധികാരം ചോദ്യം ചെയ്യാൻ അവർക്ക് കഴിയുമായിരുന്നില്ല. അതുകൊണ്ട് പുറമേ അവർ എല്ലാം സന്തോഷത്തോടെ സ്വീകരിക്കുന്നതായി നടിച്ചു. കുമാരന്റെ ആഗ്രഹപ്രകാരം താമസിയാതെ തന്നെ അവരുടെ വിവാഹം ആർഭാടമായി നടത്തി. അവർ സുഖമായി, സന്തോഷ ത്തോടെ ജീവിതം നയിച്ചു. ഒരു വർഷം കഴിഞ്ഞപ്പോൾ അവർക്ക് സുന്ദരനായ ഒരു ആൺകുഞ്ഞ് ജനിച്ചു. രാജകുമാരനും കുമാരിയും വളരെ സന്തോഷിച്ച ദിവസങ്ങളായിരുന്നു അതെല്ലാം. തന്റെ പത്നി വാ തുറന്ന് ഒന്നും സംസാരിക്കുന്നില്ല എന്ന ഒരേ ഒരു സങ്കടം മാത്രം കുമാരന്റെ മനസ്സിൽ നിറഞ്ഞുനിന്നു.

രാജ്ഞിയെ കൊട്ടാരത്തിൽ നിന്നും എങ്ങനെയെങ്കിലും പുറ ത്താക്കാൻ കുമാരന്റെ ചിറ്റമ്മ പല പരിപാടികളും ആവിഷ്ക്കരിച്ചു. കുമാരന്റെ വധു ഒരു താണ ജാതിക്കാരിയാണെന്നും സംസ്കാരശൂന്യ യാണെന്നും അവൾ രാജാവിനെ വഞ്ചിക്കുകയാണെന്നും മറ്റും പല കഥകൾ ഉണ്ടാക്കാനും, പ്രചരിപ്പിക്കുവാനും കുമാരന്റെ കാതുകളിൽ എത്തിക്കുവാനും കഴിയുന്നത്ര ശ്രമിച്ചു. പക്ഷേ രാജകുമാരൻ അത്തരം സന്ദേഹങ്ങൾക്കും കിംവദന്തികൾക്കും വില കൊടുത്തില്ല. അദ്ദേഹം തന്റെ ഭാര്യ ഒരു ഉന്നതകുലജാതയാണെന്നും സംസ്കാരമുള്ള ഒരു നല്ല തറവാട്ടിൽ പിറന്ന് വളർന്നവളാണെന്നും വിശ്വസിച്ചു. അവളെ ആത്മാർത്ഥമായി സ്നേഹിച്ചു.

പല കുതന്ത്രങ്ങളും ചിന്തിച്ചുകൊണ്ടിരുന്ന ചിറ്റമ്മ ഒരു ദിവസം ഒരു കൃത്രിമം ഒപ്പിച്ചു. രാജ്ഞി കുട്ടിയെ മടിയിൽ കിടത്തി ലാളിച്ചു കൊണ്ടിരുന്ന സമയം, ചിറ്റമ്മ ഒരു ഗ്ലാസ് പാലിൽ കുറച്ച് ഉറക്ക മരുന്ന് കലക്കി അതുമായി വളരെ സ്നേഹഭാവത്തോടെ അവരുടെ അടുത്ത് എത്തി.

“മോളേ, നീ വളരെ ക്ഷീണിച്ചിരിക്കുന്നല്ലോ. ഇതാ. ഈ പാലുകു ടിക്ക്. നിന്റെക്ഷീണം ഒന്ന് മാറട്ടെ”

രാജ്ഞി ആ പാൽ വാങ്ങി കുടിച്ചു. അല്പ സമയത്തിനു ള്ളിൽ അവർ മടിയിൽ കുട്ടി കിടക്കുന്നതുപോലും ഓർക്കാതെ ഉറങ്ങിപ്പോയി. കുട്ടിയെ രാജ്ഞിയുടെ പക്കൽ നിന്നും അകറ്റുക

എന്നതായിരുന്നു ചിറ്റമ്മയുടെ ഉദ്ദേശ്യം. എങ്ങനെയെന്ന് ആലോചിച്ചുകൊണ്ട് രാജ്ഞിയുടെ കിടക്കയറക്ക് വെളിയിലുള്ള ബാൽക്കണിയിൽ നിൽക്കുമ്പോൾ, ബംഗ്ലാവിനുമുമ്പിൽ, ചെടികൾക്ക് നടുവിൽ ഒരു ചെന്നായ തന്നെയും നോക്കി നിൽക്കുന്നത് കാണാൻ ഇടയായി. ഉടൻതന്നെ അവർ കുട്ടിയെ രാജ്ഞിയുടെ മടിയിൽ നിന്നും എടുത്ത് നിർദ്ദാക്ഷണ്യം ചെന്നായ്ക്ക് നേരെ എറിഞ്ഞുകൊടുത്തു. ചെന്നായ് ഉന്നം തെറ്റിക്കാതെ കുട്ടിയെ ചാടിപിടിക്കുകയും അവിടെ നിന്ന് ഓടി മറയുകയും ചെയ്തു. പിന്നീട് അവർ സ്വന്തം വിരലിൽ ഒരു ചെറിയ മുറിവുണ്ടാക്കി അതിൽനിന്നും വന്ന രക്തം രാജ്ഞിയുടെ ചുണ്ടുകളിൽ പുരട്ടി. അതിന് ശേഷം അവർ രാജ്ഞിയെ വിളിച്ചുണർത്തി.

"മോളേ, മോളേ, എഴുന്നേൽക്ക്, നിന്റെ കൈയിലുണ്ടായിരുന്ന കുഞ്ഞ് എവിടെ?"

രാജ്ഞി ഒന്നും ശബ്ദിക്കാതെ കണ്ണ് തുറക്കുക മാത്രം ചെയ്തു. കൂടാതെ ആംഗ്യഭാഷയിൽ കുഞ്ഞിനെക്കുറിച്ച് അന്വേഷിക്കുകയും ചെയ്തു. പക്ഷേ വാതുറന്ന് ഒന്നും സംസാരിച്ചതേയില്ല. ഒന്നു കരയുകപോലും ചെയ്തില്ല. മാത്രമല്ല വീണ്ടും ഉറങ്ങുകയും ചെയ്തു. എങ്കിലും ചിറ്റമ്മ ശബ്ദമെടുത്ത് തുടർന്നും കരഞ്ഞുകൊണ്ടിരുന്നു. ശബ്ദം കേട്ട് പരിചാരികമാർ അവിടെ ഓടിയെത്തിയ അവസരം നോക്കി ചിറ്റമ്മ പറഞ്ഞു.

"മോളേ, ഇതെന്താ നിന്റെ ചുണ്ടിലും വായിലുമൊക്കെ രക്തം, ഇത് മനുഷ്യരക്തം പോലുണ്ടല്ലോ?"

അവർ പരിചാരികമാർക്കും ആ രക്തം കാണിച്ചുകൊടുത്തു. അവർ ആകപ്പാടെ അമ്പരപ്പോടെ എന്തുചെയ്യണമെന്ന് അറിയാതെ പകച്ചുനിന്നു. ആ തക്കം നോക്കി ചിറ്റമ്മ അവരെ വിളിച്ച് സ്വകാര്യം പറയുന്നതുപോലെ ശബ്ദം താഴ്ത്തി പറഞ്ഞു.

"കുഞ്ഞിനെ കാണാനില്ല. അവളുടെ വായിലും ചുണ്ടിലുമൊക്കെ മനുഷ്യരക്തം. ഞാൻ പറയാറില്ലേ, ഇവൾ ഒരു ഭൂതത്തിന്റെ മറുപിറവി ആണെന്ന്? ദുഷ്ട. അവൾ കുഞ്ഞിനെ തിന്നുകാണും. സംശയമില്ല."

പരിചാരികമാരിൽ നിന്നും ആ വാർത്ത എല്ലാവരുടെയും കാതുകളിൽ എത്തി. എല്ലാവരും രാജ്ഞിയെ സംശയദൃഷ്ടിയോടെ നോക്കാൻ തുടങ്ങി. പക്ഷേ രാജകുമാരൻ ആ കഥകൾ ഒന്നും വിശ്വസിച്ചില്ല. അദ്ദേഹം തന്റെ പത്നിയോട് സ്നേഹത്തോടെ തന്നെ പെരുമാറുകയും ചെയ്തു. രാജ്ഞി ദുഃഖത്തോടെ, എങ്കിലും ഒന്നും കേൾക്കുന്നില്ല എന്ന ഭാവത്തിൽ, എപ്പോഴും ഉടുപ്പുകൾ തുന്നുന്ന ജോലി തുടർന്ന് ചെയ്തു. വീണ്ടും ഏതാണ്ട് ഒരു വർഷം പിന്നിട്ടു. രാജ്ഞി രണ്ടാമതും സുന്ദരനായ ഒരാൺകുഞ്ഞിന് ജന്മം നൽകി. തയ്ച്ചുകൊണ്ടിരുന്ന

ഉടുപ്പുകളിൽ പതിനൊന്ന് എണ്ണം തീർന്നു. പന്ത്രണ്ടാമത്തെ ഉടുപ്പിന്റെ അല്പം ജോലികൂടി മാത്രം അവശേഷിച്ചിരുന്നു. ചിറ്റമ്മ എപ്പോഴും രാജ്ഞിയെ ദ്രോഹിക്കുവാനും എങ്ങനെയെങ്കിലും കൊട്ടാരത്തിൽ നിന്ന് നിഷ്കാസനം ചെയ്യാനും വഴികൾ തേടിക്കൊണ്ടിരുന്നു.

അന്നൊരു ദിവസം രാജ്ഞിയുടെ കിടപ്പറയ്ക്ക് വെളിയിലെ ബാൽക്കണിയിൽ നിൽക്കുമ്പോൾ പണ്ടത്തേതുപോലെ ഒരു ചെന്നായ് തന്നെത്തന്നെ നോക്കിനിൽക്കുന്നത് കണ്ടു. ഒരു വർഷം മുൻപ് അങ്ങനെ ഒരവസരത്തിൽ നടന്നതെല്ലാം ചിറ്റമ്മ ഓർത്തു. അവർ സ്വയം വിചാരിച്ചു.

പണ്ടത്തെ സംഭവങ്ങൾ വീണ്ടും ആവർത്തിച്ചാൽ രാജ്ഞി ഒരു ഭൂതമാണെന്ന് എല്ലാവരും വിശ്വസിക്കും. സംശയമില്ല. രണ്ടാമതും അങ്ങനെതന്നെ നടന്നാൽ സ്വന്തം കുഞ്ഞിനെ ഭക്ഷിക്കുന്ന ഭാര്യയെ രാജകുമാരനും വെറുക്കും. അവളെ കൊട്ടാരത്തിൽ നിന്ന് ആട്ടി ഓടിക്കുകയും ചെയ്യും.

രാജ്ഞി ഉറച്ച തീരുമാനം എടുക്കുകയും എല്ലാം പണ്ടത്തേതുപോലെ ആവർത്തിക്കുകയും ചെയ്തു. ചിറ്റമ്മയുടെ നിലവിളികേട്ട് ഓടി എത്തിയ പരിചാരകരോട് ആരും ഒന്നും പറയേണ്ടിവന്നില്ല. ചോര പുരണ്ട ചുണ്ടുകളോടെ രാജ്ഞി ഇരിക്കുന്നത് കണ്ട അവർക്ക് എല്ലാം കൃത്യമായി മനസ്സിലായി. വിവരങ്ങളെല്ലാം ഉടനെ അവർ രാജകുമാരനെ അറിയിച്ചു. കേട്ടതും രാജ്ഞിയുടെ മുറിയിലേക്ക് ഓടി എത്തിയ രാജകുമാരനും അടക്കാനാകാത്ത കോപം വന്നു. അദ്ദേഹം തന്റെ പരിചാരകരെ വിളിച്ച് രാജ്ഞിയെ അവിടെ നിന്നും പിടിച്ചു കൊണ്ടുപോകുവാനും കഴിയുന്നത്ര വേഗം അവളെ ഗളച്ഛേദം ചെയ്യുവാനും ഉത്തരവിട്ടു.

എല്ലാം കാണുകയും കേൾക്കുകയും ചെയ്ത രാജ്ഞിമാത്രം ഒന്നും സംസാരിച്ചില്ല. പക്ഷേ അവളുടെ കണ്ണുകളിൽ നിന്ന് കണ്ണുനീർ ധാര ധാരയായി ഒഴുകുന്നുണ്ടായിരുന്നു. പന്ത്രണ്ടാമത്തെ ഉടുപ്പിന്റെ ജോലി തീരാൻ ഒരു ചില തുന്നലുകൾ മാത്രം ബാക്കി ഉണ്ടായിരുന്നു. അവർ ആ ജോലി തുടർന്നു. പരിചാരകർ രാജ്ഞിയെ മരണശിക്ഷക്കായി പ്രത്യേകം ഒരുക്കിയിട്ടുള്ള സ്ഥലത്തേക്ക് കൊണ്ടുപോയി. രാജ്ഞി തീർത്ത് അടുക്കി വെച്ചിരുന്ന ഉടുപ്പുകളും, തീർന്നുകൊണ്ടിരുന്ന പന്ത്രണ്ടാമത്തെ ഉടുപ്പും കൈയിൽ എടുക്കാൻ മറന്നില്ല. നിശ്ചിത സ്ഥലത്ത് എത്തിയപ്പോഴേക്കും പന്ത്രണ്ടാമത്തെ ഉടുപ്പിന്റെ പണിയും പൂർണമാക്കാൻ രാജ്ഞിക്ക് കഴിഞ്ഞു.

അതുവരെയും ഒന്നും ഉരിയാടാതെ ജീവിച്ച രാജ്ഞി എല്ലാവരേയും അതിശയിപ്പിച്ചുകൊണ്ട് ഉറക്കെ പറഞ്ഞു.

“ഹേ, പരിചാരകരേ, നോക്കൂ, ഞാൻ ഒരു കുറ്റവും ചെയ്തിട്ടില്ല. അതുകൊണ്ട് നിങ്ങൾ ഉടനെ എന്റെ ഭർത്താവിനെ, രാജാവിനെ ഇവിടെ വിളിച്ചുകൊണ്ട് വരണം. ഞാൻ പറഞ്ഞു എന്ന് പറഞ്ഞാൽ അദ്ദേഹം തീർച്ചയായും വരും”

അല്പനേരത്തിനുള്ളിൽ രാജാവ് അവിടെ എത്തി. രാജ്ഞി കരഞ്ഞുകൊണ്ട് എല്ലാ വിവരങ്ങളും രാജാവിനോട് പറഞ്ഞു. കൂടാതെ തന്റെ സഹോദരന്മാരെ വിളിച്ചു. അവരുടെ വിളികേട്ട് പന്ത്രണ്ട് ചക്രവാകപ്പക്ഷികൾ പറന്നുവന്ന് അവർക്കുമുമ്പിൽ നിരയായി നിന്നു. രാജ്ഞി തുന്നിയ കുപ്പായങ്ങൾ ഒന്നൊന്നായ് പക്ഷികളുടെ പുറത്ത് ഇട്ടു. അപ്പോൾ ഓരോ പക്ഷിയും മനുഷ്യരൂപം ധരിച്ചു. അങ്ങനെ അവിടെ വരിയായി നിന്ന പന്ത്രണ്ട് ചെറുപ്പക്കാരും, സുന്ദരന്മാരുമായ രാജകുമാരന്മാർ എല്ലാവരേയും അതിശയിപ്പിച്ചു. അവർ അവരുടെ സഹോദരിയെ കെട്ടിപ്പുണർന്ന് മുത്തം നൽകിയ കാഴ്ച എല്ലാവർക്കും സന്തോഷം നൽകുന്നതായിരുന്നു. രാജ്ഞി തന്റെ ഭർത്താവിനെ അവർക്കെല്ലാം പരിചയപ്പെടുത്തി. കുമാരനും എല്ലാവരേയും സ്നേഹത്തോടെ അഭിവാദ്യം ചെയ്തു.

അപ്പോൾ ചെറുപ്പക്കാരിയായ ഒരു സ്ത്രീ അവിടെ രണ്ട് കുട്ടികളുമായി പ്രത്യക്ഷപ്പെട്ടു. കുട്ടികൾ മറ്റാരും ആയിരുന്നില്ല. രണ്ടും കൊട്ടാരത്തിൽ നിന്നും അപ്രത്യക്ഷരായ രാജകുമാരന്മാർ ആയിരുന്നു എന്ന് നിങ്ങൾ ഊഹിച്ചു കാണുമല്ലോ. എല്ലാവരും തികച്ചും സന്തോഷിച്ച ഒരു സന്ദർഭമായിരുന്നു അത്.

എങ്കിലും നടന്ന കാര്യങ്ങൾ സത്യസന്ധമായി മനസ്സിലാക്കിയ രാജകുമാരൻ തന്റെ ചിറ്റമ്മയോട് ക്ഷമിക്കാൻ തക്ക മനോനിലയിൽ ആയിരുന്നില്ല എന്ന് കരുതേണ്ടിയിരിക്കുന്നു. എന്ത് ശിക്ഷയായിരിക്കും ചിറ്റമ്മക്ക് കിട്ടിയതെന്ന് നിങ്ങൾതന്നെ സ്വയം ആലോചിച്ച് ഉറപ്പിക്കേണ്ടതാണ്.

## പുരോഹിതന്റെ അത്താഴം

പണ്ട് അയർലണ്ടിൽ ഒരു വിശ്വാസം ഉണ്ടായിരുന്നു. ഫെയറികൾ (Fairies) എന്ന് ഇപ്പോൾ അറിയപ്പെടുന്ന ഗന്ധർവ്വന്മാരും ദേവ യക്ഷികളും ഒരു കാലത്ത് അവർ ചെയ്ത ഏതോ ചെറിയ ചെറിയ കുറ്റ ങ്ങൾക്ക് ശിക്ഷയായി സ്വർഗ്ഗത്തിൽ നിന്ന് ബഹിഷ്കരിക്കപ്പെട്ടവർ ആണെന്നതായിരുന്നു ആ വിശ്വാസം. ശിക്ഷിക്കപ്പെട്ടവർ താഴേക്ക് ഭൂമിയിൽ വീഴുകയും ഇവിടെ അവർ ഗന്ധർവ്വന്മാരും ദേവയക്ഷികളും ആയി ജീവിതം തുടരുകയും ചെയ്യുന്നു. ആ വിശ്വാസം അങ്ങനെ നിൽക്കട്ടെ.

അങ്ങനെ ഭൂമിയിൽ എത്തിപ്പെട്ട വളരെ അധികം ഗന്ധർവ്വ ന്മാരും ദേവയക്ഷികളും ഭൂമിയിൽ വസിച്ചിരുന്നു എന്ന വിശ്വാസം സമൂഹത്തിൽ പ്രബലമായിരുന്ന ഒരു കാലഘട്ടത്തിൽ നടന്ന ഒരു കഥയാണ് ഇത്. അത്തരക്കാരെ ഇന്ന് നാം ഫെയറികളെന്നും മറ്റും പറയുമെങ്കിലും ഒരു കാലത്ത് അയർലണ്ടിലും മറ്റ് യൂറോപ്യൻ രാജ്യങ്ങളിലും അവർ 'നല്ലവർ' (good people) എന്ന പേരിലും അറിയപ്പെട്ടിരുന്നു. മനുഷ്യർ അധികം സഞ്ചരിക്കാത്ത, എന്നാൽ അതീവ സുന്ദരങ്ങളായ പ്രകൃതി ദൃശ്യങ്ങൾ ധാരാളമുള്ള സ്ഥലങ്ങൾ അവർ വാസസ്ഥലങ്ങളായി തിരഞ്ഞെടുക്കുക പതിവായിരുന്നു. പകൽ സമയത്ത് അവരെ ആർക്കും കാണാൻ കഴിയുമായിരുന്നില്ല. എന്നാൽ രാത്രിയിൽ, പ്രത്യേകിച്ചും നല്ല നിലാവുള്ള രാത്രികളിൽ അവർ കൂട്ടംകൂട്ടമായി ഒത്തുകൂടി പാട്ടുപാടുകയും, നൃത്തമാടുകയും വിഭ വസമൃദ്ധമായ വിരുന്നുകൾ ഒരുക്കുകയും ചെയ്യുമായിരുന്നു. ഈ കഥ നടന്നത് ഇഞ്ചെഗിലാ (inchigleela) എന്ന ഗ്രാമത്തിന് അടുത്തുള്ള കോർക്ക് പ്രദേശത്താണ്. (ഇഞ്ചെഗിലായെക്കുറിച്ചും അവിടെയുള്ള പ്രസിദ്ധമായ വിശുദ്ധ ഫിൻബർ (St. finbar) പള്ളിയേക്കുറിച്ചും കൂടുതൽ അറിയാൻ ഗൂഗിളിൽ (google) നോക്കാവുന്നതാണ്). സാമ്പ ത്തികമായി ഒരു ദരിദ്രപ്രദേശമായിരുന്നു കോർക്ക് എന്ന് പറഞ്ഞാൽ

തെറ്റാവില്ല. പക്ഷേ, എന്തും ആഗ്രഹിച്ചാലുടൻ ലഭ്യമാക്കാൻ മാന്ത്രിക ശക്തി ഉണ്ടായിരുന്ന ഫെയറികൾക്ക് അതൊരു പ്രശ്നമായിരുന്നിരിക്കില്ലല്ലോ. അതുകൊണ്ട് ആ രമണീയമായ ഭൂപ്രദേശം അവർ ഇഷ്ടവാസസ്ഥലമാക്കിയതിൽ അതിശയിക്കേണ്ടതില്ല.

അന്നൊരു ദിവസം രാത്രിയിൽ ആ നല്ലവർ പതിവുപോലെ ആട്ടവും പാട്ടുമായി ആഘോഷിച്ചുകൊണ്ടിരുന്ന സമയം; പല വിധത്തിലുള്ള നൃത്തങ്ങൾ- നമ്മൾ ഇന്ന് കാണാറുള്ള ബ്രേക്ക് ഡാൻസും, ഐറ്റം ഡാൻസും മറ്റും പോലെയുള്ള നൃത്തങ്ങൾ; നൃത്തം ആടിക്കൊണ്ടിരുന്ന അവരുടെ ചുവന്ന തൊപ്പിവാലുകൾ ആടി ഇളകിക്കൊണ്ടിരുന്നത് ആ നിലാവുനിറഞ്ഞ രാതിയിൽ കൗതുകം തരുന്ന കാഴ്ച തന്നെ ആയിരുന്നു. കൂടെ വേണ്ടത്ര വീഞ്ഞും ഭാരം കുറഞ്ഞ ആകാരത്തിൽ ചെറിയവരായിരുന്ന അവർ മഞ്ഞുകണങ്ങൾകൊണ്ട് മനോഹരമായി അലങ്കരിക്കപ്പെട്ട താമര ഇലകളുടെ പുറത്തുനിന്ന് നൃത്തം ചവിട്ടുന്നത് കാണാൻ എത്ര സുന്ദരമായിരുന്നു എന്ന് പറഞ്ഞറിയിക്കാൻ വയ്യ. എന്നാൽ അതിശയമെന്ന് പറയട്ടെ-ആ താമര ഇലകൾ അവരുടെ ചുവടുകൾക്കൊപ്പം ചലിച്ചിരുന്നു എങ്കിലും ഇലകളിൽ നിന്നും ജലമുത്തുകൾ വീണുപോകാത്തത്ര ലോലമായിരുന്നു അവരുടെ ചുവടുകൾ. അങ്ങനെ സന്തോഷമായി സമയം ചിലവഴിച്ചുകൊണ്ടിരുന്നതിനിടയിൽ, അവരിൽ ഒരാൾ വിളിച്ചുപറഞ്ഞു.

"കൂട്ടരേ കൂട്ടരേ

ചെണ്ടകൊട്ട് നിർത്തൂ

കൂട്ടരേ.

വരുന്നുണ്ട് പുരോഹിതനാരോ

ഈ വഴിയേയെന്ന്

പറയുന്നെന്റെ മൂക്കെന്ന്

അറിയുക നിങ്ങളീക്ഷണം"

അതു കേട്ടതും ഒന്നില്ലാതെ എല്ലാവരും ധൃതിയിൽ എവിടെയല്ലാമോ ഓടി ഒളിച്ചു. ചിലർ വൃക്ഷങ്ങളുടെ സമൃദ്ധിയായി വളർന്ന് നിന്ന ഇലകൾക്കിടയിൽ; ചിലർ വലിയ മരങ്ങൾക്കു പുറകിൽ, മറ്റു ചിലർ അവിടവിടെയായി കിടന്നിരുന്ന വലിയ ഉരുണ്ടക്കല്ലുകൾക്ക് പിന്നിൽ, അങ്ങനെ സൗകര്യം കിട്ടിയ ഇടങ്ങളിൽ എല്ലാം. ചിലരുടെ ചുവന്ന തൊപ്പിവാലുകൾ ഇലകൾക്കിടയിൽക്കൂടി കാറ്റത്ത് ആടുന്നത് കാണാൻ രസമായിരുന്നു.

പുരോഹിതന്റെ വരവിനെക്കുറിച്ച് ഗന്ധർവന്മാർക്കു നൽകിയ

മുന്നറിയിപ്പ് തെറ്റായിരുന്നില്ല. അടുത്തുള്ള ഒറ്റയടി പാതയിൽക്കൂടി അവിടേക്ക് വന്നിരുന്നത് ഹൊറിഗൻ അച്ചൻ തന്നെയായിരുന്നു. അടുത്തു കാണുന്ന വീട്ടിൽ ആ രാത്രി തനിക്ക് താമസിക്കാൻ സൗകര്യം പ്രതീക്ഷിച്ച് വന്നിരുന്ന അച്ചൻ ഡെർമോണ്ട ലീറിയുടെ ചെറിയ വീട്ടിലേക്കാണ് കയറിയത്. എപ്പോഴും തന്റെ പെൺകുതിരയുടെ പുറത്ത് സവാരി ചെയ്തിരുന്ന അച്ചൻ എല്ലാവർക്കും ആദരണീയൻ ആയിരുന്നു. എല്ലാവർക്കും നന്മമാത്രം ആഗ്രഹിച്ചിരുന്ന അച്ചൻ ലീറിയുടെ വീട്ടിലേക്ക് ചെന്നത്, 'ഇവിടെയുള്ള എല്ലാവരും അനുഗ്രഹീതർ ആയിരിക്കട്ടെ' എന്ന പ്രാർത്ഥനയുമായിട്ടാണ്. അദ്ദേഹത്തെ ലീറിയും ഭാര്യയും സന്തോഷത്തോടെ സ്വീകരിച്ചു എങ്കിലും ഡെർമോണ്ട് ലീറി അല്പം ആകുലൻ ആയിരുന്നു. 'എങ്ങനെയാണ് അച്ചന് മാന്യമായ രീതിയിൽ അത്താഴം നൽകുന്നത്? വീട്ടിലാണെങ്കിൽ, രണ്ടോ മൂന്നോ പഴകിയ ഉരുളക്കിഴങ്ങ് മാത്രമാണ് ഉണ്ടായിരുന്നത്. ലീറി ആലോചിച്ചു. 'ഛെ, അത് മോശമാണ്. ശരി, അടുത്തുള്ള നദിയിൽനിന്ന് ഒരു മീനെങ്കിലും പിടിക്കാനാകുമോ എന്ന് ശ്രമിക്കാം.' അങ്ങനെ വിചാരിച്ച് ലീറി അച്ചനോട് അല്പം വിശ്രമിക്കാൻ പറഞ്ഞിട്ടു വലയുമെടുത്ത് നദിക്കരയിലേക്ക് നടന്നു.

'അത്രവേഗം ഒരു മീൻ വലയിൽ കുടുങ്ങുക ബുദ്ധിമുട്ടാണ്. എങ്കിലും ഒന്ന് ശ്രമിക്കുന്നതിൽ തെറ്റില്ലല്ലോ. ഒരു നല്ല സാൽമൺ വലയിൽ പെട്ടാൽ അച്ചന് സുഭിക്ഷമായ അത്താഴം നൽകാനാകും' അങ്ങനെ ആലോചിച്ച് നദീതീരത്ത് എത്തിയ ലീറി തന്റെവല നദിയിലേക്ക് വീശി എറിഞ്ഞു. പ്രതീക്ഷിക്കാത്തവിധം വേഗം തന്നെ സാമാന്യം വലിയ ഒരു സാൽമൺ വലയിൽ കുടുങ്ങി. അത് മനസ്സിലാക്കിയ ലീറി ഉടൻതന്നെ സന്തോഷത്തോടെ വല കരയിലേക്ക് വലിച്ചു പക്ഷേ ആരോ വല പിന്നിലേക്ക് വലിക്കുന്നു എന്ന് ലീറിക്ക് തോന്നി. അതെ, ആരോ ശക്തിയോടെ പിന്നിലേക്ക് വലിച്ചതുകാരണം വല ലീറിയുടെ പിടി വിട്ട് നദിയിലേയ്ക്ക് വീഴുകയും ചെയ്തു. മീൻ കിട്ടിയില്ലെന്ന് മാത്രമല്ല വല നഷ്ടപ്പെടുകയും ചെയ്തു. 'ഛെ. ഇതെങ്ങനെ സംഭവിച്ചു. ആ സാൽമൺ തന്നെയാണോ വല പിന്നിലേക്ക് വലിച്ചത്?' ലീറി ആലോചിച്ചു. അയാൾ ഉച്ചത്തിൽ ആ മീനിനെ ശപിക്കുകയും ചെയ്തു.

"നിനക്ക് ഗുണം പിടിക്കത്തില്ല. ദേവതുല്യനായ ഹൊറിഗൺ അച്ചന് ഭക്ഷണം ആകുവാനുള്ള നല്ലോരവസരം നഷ്ടപ്പെടുത്തിയ നിനക്ക് എവിടെ പോയാലും നല്ലത് വരത്തില്ല. തീർച്ച. എത്ര ശക്തിയായിരുന്നു നിനക്ക്? വല എന്റെ കയ്യിൽ നിന്നും വലിച്ചെടുക്കണമെങ്കിൽ നിനക്ക് പിശാചിന്റെ ശക്തിതന്നെ ഉണ്ടാകണം"

അപ്പോഴാണ് അശരീരിപോലെ ആ ശബ്ദം കേട്ടത്.

"താങ്കൾ പറഞ്ഞത് ശരിയല്ല. പിശാചൊന്നുമല്ല വല പിന്നോട്ട് വലിച്ചത്. ഞങ്ങളാണ്." ശബ്ദം കേട്ട സ്ഥലത്തേക്ക് നോക്കിയ ലീറികണ്ടത് അവിടെ നിൽക്കുന്ന ഒരു കുള്ള മനുഷ്യനെയാണ്.

"ഹൊ, അമ്പട കേമാ, അപ്പോൾ നീ ആള് കാണുന്നതുപോലെ അല്ലല്ലൊ? നിനക്ക് നല്ല ശക്തിയാ. സമ്മതിക്കാതിരിക്കാൻ തരമില്ല."

അപ്പോൾ ഒളിച്ചിരുന്ന ഗന്ധർവ്വന്മാർ ഓരോരുത്തരായി വെളിയിൽ വരാൻ തുടങ്ങി.

"ഏ, അങ്ങനെയല്ല. ഞങ്ങൾ പതിനെട്ട് പേർ ചേർന്നാണ് വല പിന്നിലേക്ക് വലിച്ചത്"

അപ്പോഴേക്കും ആ നല്ലവർ കൂട്ടംകൂട്ടമായി ലീറിക്ക് ചുറ്റും എത്തി. അതിൽ ഒരാൾ വീണ്ടും പറഞ്ഞു.

"താങ്കൾ ഇപ്പോൾ ചിന്തിക്കുന്നത് അച്ചന്റെ അത്താഴത്തെക്കുറിച്ചല്ലേ? വിഷമിക്കേണ്ട. ഞങ്ങൾ തരുന്ന ഒരു ചോദ്യം താങ്കൾ അദ്ദേഹത്തോട് ചോദിക്കുക. അതിന് അദ്ദേഹം നൽകുന്ന മറുപടി ഞങ്ങളെ അറിയിക്കുക. അത്രമാത്രം. നിമിഷങ്ങൾക്കുള്ളിൽ അദ്ദേഹത്തിന് നൽകാൻ സ്വാദിഷ്ടമായ ഭക്ഷണങ്ങൾ താങ്കളുടെ തീൻമേശപ്പുറത്ത് എത്തുന്നതാണ്. എന്താ സമ്മതമല്ലേ?"

"അല്ല, സമ്മതമല്ല. എനിക്ക് നിങ്ങളോട് ചങ്ങാത്തംവേണ്ട. മനസ്സിലായോ?"

"ഛെ. എന്താ ലീറി ഇങ്ങനെ പറയുന്നത്? ഞങ്ങൾ തെറ്റായി ഒന്നും പറഞ്ഞില്ലല്ലൊ? ദാ നോക്ക്, ഞങ്ങൾക്ക് അച്ചനോട് ചോദിക്കാനുള്ളത് വളരെ ന്യായമായ സദുദ്ദേശ്യത്തോടുകൂടിയ ഒരേ ഒരു ചോദ്യമാണ്."

ലീറി അതിനെക്കുറിച്ച് ആലോചിച്ചു. 'അവർക്ക് അച്ചനോട് ചോദിക്കാനുള്ളത് സദുദ്ദേശ്യപരമാണെങ്കിൽ എന്തുകൊണ്ട് ആ ഒരു ദൗത്യം സ്വീകരിച്ചുകൂടാ?

"ശരി, അങ്ങനെയാകട്ടെ. നിങ്ങളുടെ ചോദ്യം കേൾക്കട്ടെ. പക്ഷേ ഒരു കാര്യം. ഞാനീ ചെയ്യുന്നത് നിങ്ങളുടെ ഭക്ഷണവും സൽക്കാരവും ഒന്നും മനസ്സിൽ കണ്ടുകൊണ്ടല്ല എന്ന ഓർമയിരിക്കണം. കേട്ടോ"

"ശരി, അങ്ങ് ഹൊറിഗൺ അച്ചനോട് ചോദിക്കേണ്ടത് ഇതുമാത്രമാണ്. മറ്റ് നല്ല ക്രിസ്ത്യാനികളുടെ ആത്മാക്കൾക്ക് കിട്ടുന്നതുപോലെ എല്ലാ പാപങ്ങളിൽ നിന്നുള്ള മോചനവും നിത്യശാന്തിയും ഞങ്ങൾക്കും ലഭിക്കുമോ? ലഭിക്കുമെങ്കിൽ എപ്പോൾ, എങ്ങനെ?" അങ്ങ് ഈ ചോദ്യം മാത്രം വിശിഷ്ട പുരോഹിതനോട് ചോദിച്ചാൽ മതിയാകും.

മറുപടി എന്തായാലും ഞങ്ങളെ ഉടനെ അറിയിക്കണം"

"ശരി. ഞാനങ്ങനെ ചെയ്യാം." ലീറി തന്റെ വീട്ടിലേക്ക് മടങ്ങി. വീട്ടിലെത്തിയപ്പോൾ തന്റെ ഭാര്യ വീട്ടിലുണ്ടായിരുന്ന ഉരുളക്കിഴങ്ങുകൾ പുഴുങ്ങി അച്ചന് അത്താഴം നൽകുന്നതാണ് കണ്ടത്. ലീറിയും അച്ചനോടൊപ്പം ഭവ്യതയോടെ തീൻമേശക്ക് അരുകിൽ ഇരുന്നു. പിന്നീട് അല്പം തയങ്ങി തയങ്ങി അച്ചനോട് നടന്ന വിവരങ്ങൾ എല്ലാം പറഞ്ഞു. പിന്നീട് അച്ചനോട് ചോദിച്ചു.

"അച്ചനോട് ഞാനൊരു കാര്യം ചോദിച്ചാൽ അച്ചൻ എന്നോട് ദേഷ്യപ്പെടരുത്"

"എന്താ കേൾക്കട്ടെ."

"അച്ചോ. ഈ ഫെയറികളെന്ന് അറിയപ്പെടുന്ന നല്ലവരുടെ ആത്മാവിന് എന്നാണ് ശാന്തികിട്ടുക എങ്ങനെയാണ് ശാന്തികിട്ടുക?"

"നീ എന്തിനാണ് ഈ ചോദ്യം എന്നോട് ചോദിക്കുന്നത്?"

"അച്ചോ ഞാനൊന്നും മറച്ചു വെയ്ക്കുന്നില്ല. എല്ലാം അച്ചനോട് പറഞ്ഞല്ലോ. ഈ രാത്രി ഞാൻ കാണാനിടയായ അതേ നല്ലവരാണ് ഇത് അച്ചനോട് ചോദിക്കണമെന്ന് പറഞ്ഞത്."

"ഓ അങ്ങനെയോ. എങ്കിൽ നീ ഉടനേതന്നെ തിരികെപ്പോയി അവരോട് അവരുടെ സംശയങ്ങളെല്ലാം എന്നെ നേരിട്ട് കണ്ട് ചോദിക്കാൻ പറയണം. അപ്പോൾ ഞാൻ അവരുടെ എല്ലാ ചോദ്യങ്ങൾക്കും ഉത്തരം നൽകാം. ഉം പോയി പറഞ്ഞിട്ടു വാ."

ഉടൻ തന്നെ ലീറി നദീതീരത്തേക്ക് ഓടി അവിടെ തന്റെ ചുറ്റും വട്ടംകൂടിയ നല്ലവരോട് ലീറി, അച്ചൻ പറഞ്ഞത് അതേപോലെ പറഞ്ഞു. അതുകേട്ടതും അവരെല്ലാവരും എവിടെയെല്ലാമോ ഓടി ഒളിച്ചു. എല്ലാവരും നിമിഷനേരത്തിനുള്ളിൽ അപ്രത്യക്ഷരായി. അവരുടെ ഓട്ടം കണ്ട് അന്ധാളിച്ചുപോയ ലീറി തന്റെ സമനില വീണ്ടു കിട്ടിയപ്പോൾ സാവധാനം വീട്ടിലേക്ക് മടങ്ങി. ലീറിക്ക് അച്ചന്റെ മഹത്വത്തേക്കുറിച്ച് പറഞ്ഞറിയിക്കാൻ കഴിയാത്ത ബഹുമാനവും വിശ്വാസവും തോന്നി. ഇത്തരം കഥകൾ യൂറോപ്പിൽ പലയിടത്തും പ്രചാരത്തിലുണ്ട്, ഡെൻമാർക്കിലും, സ്പെയിനിലും അങ്ങനെ പലയിടത്തും അന്ധവിശ്വാസങ്ങളിൽ നിമഗ്നമായ ഇത്തരം കഥകളുടെ പ്രധാന ഉദ്ദേശം മതവിശ്വാസങ്ങളെ ശക്തമാക്കുകയും പുരോഹിതന്മാരുടെ ആത്മീയ ശക്തിക്ക് ഊക്കം കൊടുക്കുകയും ആണെന്ന് പറയേണ്ടിയിരിക്കുന്നു.

# അച്ഛൻ നൽകിയ വിലപ്പെട്ട ഉപദേശങ്ങൾ

പണ്ടു കാലത്ത് അയർലണ്ടിലെ ഒരു ഗ്രാമമായിരുന്നു ബൊണ്ണ ഡേറിഗ. അവിടുത്തെ ഗ്രാമത്തലവൻ വാർദ്ധക്യംകൊണ്ട് അവശനായി മരണശയ്യയിൽ ആയിരുന്ന സമയത്ത് അദ്ദേഹം ഡോൺ എന്നപേരിൽ അറിയപ്പെട്ടിരുന്ന തന്റെ ഏകമകൻ ഇല്ലാനെ അടുത്തുവിളിച്ച് പറഞ്ഞു.

" മകനേ, ഞാൻ നിനക്ക് മൂന്ന് ഉപദേശങ്ങൾ നൽകാൻ ആഗ്രഹിക്കുന്നു. നീ എന്റെ ഈ ഉപദേശങ്ങൾ സ്വീകരിച്ച് അതിനനുസരണം പ്രവർത്തിച്ചില്ലെങ്കിൽ നിനക്ക് വലിയ നഷ്ടവും ദുഃഖവും ഉണ്ടാകും."

"ശരി. കേൾക്കട്ടെ" ഡോൺ പറഞ്ഞു. വളരെ താമസിയാതെ ഗ്രാമത്തലവൻ മരിച്ചു. ഡോൺ അച്ഛന്റെ ശവസംസ്കാരം നല്ല രീതിയിൽ എല്ലാ സമ്പ്രദായച്ചടങ്ങുകളോടെയും നടത്തി. ചടങ്ങുകൾക്ക് ശേഷം ഡോൺ അച്ഛന്റെ ഉപദേശങ്ങൾക്ക് എത്രമാത്രം കഴമ്പുണ്ടെന്ന് പരിശോധിച്ച് മനസ്സിലാക്കാൻ തീർച്ചയാക്കി.

അച്ഛന്റെ ആദ്യത്തെ ഉപദേശം ഇങ്ങനെ ആയിരുന്നു.

"മോനേ, ഒരു മൃഗത്തിനെ വിൽക്കുവാൻ ചന്തയിൽ കൊണ്ടുപോകുമ്പോൾ, നീ പ്രതീക്ഷിക്കുന്ന ന്യായമായ വിലയ്ക്കുടുത്ത ഒരു തുക ആരെങ്കിലും തരാൻ സന്നദ്ധമായാൽ അത്തരം ഒരു സാഹചര്യത്തിൽ ആ മൃഗത്തിനെ തിരികെ കൊണ്ടുവരരുത്"

ഡോൺ അച്ഛന്റെ ആ ഉപദേശം എത്രത്തോളം ശരിയാണെന്ന് ഒന്ന് പരീക്ഷിച്ച് നോക്കാൻ തീരുമാനിച്ചു. തന്റെ ലായത്തിൽ ഉണ്ടായിരുന്ന ഒരു നല്ല പെൺകുതിരയെ തിരഞ്ഞെടുത്ത് അതിനെയും കൊണ്ട് ടെൻടീൻ (ഇപ്പോൾ മീത്തിൽ ഉള്ള ടെൽ പട്ടണം) എന്ന പേരിൽ അറിയപ്പെട്ടിരുന്ന ചന്തയിലേക്ക് പോയി. ചന്തയിൽ പലർക്കും ഡോണിന്റെ കുതിരയെ ഇഷ്ടപ്പെട്ടു. പക്ഷേ ഡോൺ ആവശ്യപ്പെട്ട വില കൊടുക്കാൻ ആരും തയ്യാറായില്ല. ഡോൺ

ആവശ്യപ്പെട്ടത് 20 പൗണ്ട്. കുതിരയെ വാങ്ങാൻ താല്പര്യം കാണിച്ചവർ നൽകാൻ തയ്യാറായത് 19 പൗണ്ട്. അത് താൻ പ്രതീക്ഷിച്ചതിനട്ടുത്ത് ഒരു ന്യായമായ വിലതന്നെ ആയിരുന്നു എന്ന് ഡോണിന് മനസ്സിലാകുകയും ചെയ്തു. എന്നാലും കുതിരയെ വിൽക്കാതെ ഡോൺ വീട്ടിലേക്ക് മടങ്ങി.

വഴിയിൽ ഉണ്ടായിരുന്ന ഒരു ചെറിയ അരുവി സാവധാനം നടന്ന് കടക്കാമായിരുന്നതേ ഉണ്ടായിരുന്നുള്ളൂ. കഷ്ടിച്ച് ഒന്നോ ഒന്നരയൊ മീറ്റർ മാത്രം അകലം ഉണ്ടായിരുന്ന, അധികം വെള്ളമില്ലാത്ത ആ അരുവിയിൽ കൂടി നടന്നാണ് രാവിലെ ചന്തയിലേക്ക് പോയത്. എന്നാൽ ഇപ്പോൾ ഒരു രസത്തിന് കുതിരപ്പുറത്തിരുന്ന ഡോൺ അരുവിക്ക് കുറുകെ ചാടാൻകുതിരയെ പ്രേരിപ്പിച്ചു. യജമാനന്റെ നിർദേശം മനസ്സിലാക്കിയ കുതിര കുതിച്ചുചാടി. പക്ഷേ, കഷ്ടമെന്ന് പറയട്ടെ, കുതിര പ്രതീക്ഷിക്കാത്ത രീതിയിൽ ചാട്ടം പിഴച്ച് താഴെവീണു. പാവം കുതിര. അതിന്റെ മുൻകാലുകൾ ഒടിഞ്ഞു. വേദന സഹിക്കാനാകാതെ അമറി. അല്പസമയത്തിന് ശേഷം കുതിര ചത്തു. ചത്ത കുതിരക്ക് വിലയില്ലല്ലൊ. അതുകൊണ്ട് ഡോൺ അതിന്റെ മുൻകാലുകൾ രണ്ടും വെട്ടിയെടുത്ത് വീട്ടിലേക്ക് കൊണ്ടുപോയി. വേണ്ട രീതിയിൽ അവ ശുദ്ധം ചെയ്ത് ഉണക്കി തന്റെ സ്വീകരണമുറിയിൽ ഭിത്തിയിൽ തൂക്കിയിട്ടു; ഒരു നല്ല പ്രദർശന വസ്തു എന്ന മാതിരി.

അച്ഛന്റെ ആദ്യത്തെ ഉപദേശം എത്രയധികം വിലപ്പെട്ടതായിരുന്നു എന്ന് സ്വന്തം അനുഭവത്തിൽ നിന്നുതന്നെ മനസ്സിലാക്കിയ ഡോൺ അച്ഛന്റെ മറ്റ് രണ്ട് ഉപദേശങ്ങളെക്കുറിച്ച് ഇടയ്ക്കിടക്ക് ഓർക്കുമായിരുന്നു. അവ എന്തെന്നല്ലേ?

“മകനേ, നിനക്ക് നന്നായി അറിയാവുന്ന ഒരു കുടുംബത്തിൽ നിന്ന് മാത്രമേ വിവാഹം കഴിക്കാവൂ, അല്ലെങ്കിൽ വിവാഹം സന്തോഷമുള്ളത് ആകുകയില്ല.” അതായിരുന്നു അച്ഛന്റെ രണ്ടാമത്തെ ഉപദേശം. മൂന്നാമത്തേത് ഇങ്ങനെയും.

“മറ്റൊരാളിനോട്, നിന്റെ സ്നേഹിതനോ സ്വന്തക്കാരനോ ആയാൽപോലും ഒരു സഹായം ആവശ്യപ്പെടുമ്പോൾ ഒരിക്കലും മുഷിഞ്ഞ് കീറിയ വസ്തുങ്ങൾ ധരിച്ചുകൊണ്ടായിരിക്കരുത് സഹായം ചോദിക്കുക. അദ്ദേഹം പറഞ്ഞത് മറ്റൊരു രീതിയിൽ പറഞ്ഞാൽ ‘ഇല്ലാത്തവന് സഹായവും നിഷേധിക്കപ്പെടും’ എന്നായിരുന്നു

കുറേ ദിവസങ്ങൾക്ക് ശേഷം ഡോൺ ചന്തയിലേക്ക് വെറുതേ ഒന്നുപോയി. അന്ന് ഓറീൽ എന്ന മറ്റൊരു ഗ്രാമമുഖ്യനെ കാണാനും പരിചയപ്പെടാനും ഇടയായി; കൂടെ ഓറീലിന്റെ സുന്ദരിയായ മകളെയും. അവർ ഡോണിനെ അന്ന് വൈകിട്ട് തങ്ങളുടെ

വീടിനടുത്തുള്ള ചെറിയ തടാകത്തിൽ ചൂണ്ടയിടാൻ ക്ഷണിച്ചു. ചൂണ്ടയിടുന്നത് അയർലണ്ടിൽ നല്ല ഒരു വിനോദമായിരുന്നു. അതുകൊണ്ട് ഡോൺ ക്ഷണം സ്വീകരിച്ചു. ആ സൗഹൃദം നാൾ തോറും കൂടുതൽ ശക്തമായി. ഡോണിന് ഓറീലിന്റെ മകളെ വളരെയധികം ഇഷ്ടമായി. അതേപോലെ ആ പെൺകുട്ടിക്കും ഡോണിനോട് എന്തെന്നില്ലാത്ത ഒരടുപ്പവും സ്നേഹവും തോന്നി.

അങ്ങനെയിരിക്കെ ഒരുനാൾ ഡോണിന്റെ മറ്റൊരു സ്നേഹിത അദ്ദേഹത്തെ കാണുകയും ഒരു വിവരം അറിയിക്കുകയും ചെയ്തു.

'ഒറീലിന്റെ മകൾ സ്വഭാവശുദ്ധി ഉള്ളവൾ അല്ല. അവൾക്ക് മറ്റൊരാളുമായി ബന്ധമുണ്ട്. ഡോൺ അവളെ വിവാഹം കഴിക്കുകയാണെങ്കിൽ അവൾ ഡോണിനെ ചതിക്കും. ഡോണിന് ഓറീലിന്റെ കുടുംബത്തെക്കുറിച്ച് ശരിയായി അറിയാൻ പാടില്ലാത്തതുകൊണ്ട് അവളുമായി ഒരു വിവാഹബന്ധം ശരിയായിരിക്കുകയില്ല.' അതായിരുന്നു ആ സ്നേഹിത നൽകിയ വിവരങ്ങൾ. കൂടാതെ അവൾ പറഞ്ഞു.

"നാളെ വെളുപ്പിന് ഓറീലിന്റെ വീടിന് മുൻപിൽ പോയാൽ നിനക്ക് ഞാൻ പറയുന്നതിന്റെ സത്യാവസ്ഥ മനസ്സിലാക്കാൻ കഴിയും. ഇല്ലാൻ, ഞാൻ നിന്റെ നല്ലതിനുവേണ്ടിയാണ് ഇത്രയും പറഞ്ഞതെന്ന് മനസ്സിലാക്കിക്കോ" അത്രയും പറഞ്ഞിട്ട് അവൾ പോയി.

എന്തുചെയ്യണമെന്ന് അറിയാതെ ഡോൺ കുറച്ചുനേരം ആലോചിച്ചുനിന്നു. പിന്നീട് ചില കാര്യങ്ങൾ ചെയ്യാൻ തീരുമാനിച്ചു.

അടുത്തദിവസം വെളുപ്പിന് ഡോൺ ഓറീലിന്റെ വീട്ടുമുമ്പിലുള്ള നടപ്പായിൽ ഓരത്തായി ആരും ശ്രദ്ധിക്കാത്തവിധം നിന്നു. അവിടെ നടക്കുന്ന കാര്യങ്ങൾ ശ്രദ്ധിച്ചു. സ്നേഹിത പറഞ്ഞതുപോലെ ഓറീലിന്റെ മകളുടെ സ്നേഹിതനായിരുന്ന അപരനെ കാണാനും, അയാളോട് സംസാരിക്കാനും, അയാളും ഓറീലിന്റെ മകളുമായും ഉണ്ടായിരുന്ന അടുപ്പം മനസ്സിലാക്കുവാനും ഡോണിന് കഴിഞ്ഞു. മനസ്സിൽ വളർന്നുവന്ന കോപം അടക്കിപ്പിടിച്ച് ഡോൺ അവിടെ നിന്നും യാത്രയായി. പക്ഷേ തിരികെ പോകുന്നതിനു മുൻപ് ഡോൺ ഓറീലിന്റെ വീട്ടുകാവൽക്കാരനെ വിളിച്ചു പറഞ്ഞു.

"ഞാൻ രണ്ടാഴ്ചത്തേക്ക് ഒരു വിദേശയാത്രക്ക് പോകുകയാണ്, തിരികെ വരുന്ന ദിവസം, അതായത് ഈ മാസം 12-ാം തീയതി വൈകിട്ട് എന്റെ ബംഗ്ലാവിൽ ഒരു വിരുന്ന് ഒരുക്കുന്നുണ്ട്. നിന്റെ യജമാനനും അദ്ദേഹത്തിന്റെ പുത്രിയും വിരുന്നിൽ പങ്കെടുക്കണമെന്ന് ഞാൻ, ഇല്ലാൻ, അഭ്യർത്ഥിച്ചതായി അവരെ അറിയിക്കണം. മറക്കരുത്. കേട്ടോ."

അത്രയും പറഞ്ഞിട്ട് ഡോൺ അവിടെ നിന്നും പുറപ്പെട്ടു.

ഡോണിന് ഒരു മൂത്തസഹോദരി ഉണ്ടായിരുന്നു. അവർ വിവാഹം കഴിച്ചത് വളരെ സമ്പത്തുള്ള ഒരാളെയായിരുന്നു. സഹോദരിയും ഭർത്താവും താമസിച്ചിരുന്നത് ഡോണിന്റെ വീട്ടിൽ നിന്ന് ഏതാണ്ട്, പത്തുപതിനാറ് കിലോമീറ്റർ ദൂരെ ഒരു സ്ഥലത്തായിരുന്നു. ഡോൺ ഓറീലിന്റെ ബംഗ്ലാവിൽ നിന്ന് പോയത് സഹോദരിയുടെ വീട്ടിലേക്കാണ്. പക്ഷേ വഴിയിൽ ഒരു തുന്നൽക്കാരന്റെ പീടികയിൽ കയറി. ഒരു ചെറിയ പീടിക. വിലപിടുപ്പുള്ള ഒരു വസ്ത്രവും അവിടെ ഇല്ലായിരുന്നു. തയ്യൽക്കാരനോട് ഡോൺ തിരക്കി.

"എനിക്ക് പാകത്തിനുള്ള എന്തെങ്കിലും വസ്ത്രം നിന്റെ പക്കൽ ഉണ്ടോ.

"ഏയ്. ഇല്ല അങ്ങയ്ക്ക് ചേരുന്ന രീതിയിൽ നല്ല തുണികളൊന്നും തന്നെ എന്റെ പക്കൽ ഇല്ല." അയാൾ വിനയത്തോടെ മറുപടി പറഞ്ഞു.

"എനിക്ക് നല്ല തുണികളല്ല വേണ്ടത്. എന്റെ ദേഹത്തിന് ചേരുന്ന കീറിത്തുടങ്ങിയ ഏതെങ്കിലും പഴയ വസ്ത്രങ്ങളാണ് എനിക്കാവശ്യം. പകരം ഞാൻ ധരിച്ചിരിക്കുന്ന ഈ വിലകൂടിയ വസ്ത്രങ്ങളും പുറമെ കുറച്ച് പണവും നൽകാം." അയാൾ അല്പം നിർത്തിയിട്ട് വീണ്ടും അല്പം കർക്കശ സ്വരത്തിൽ പറഞ്ഞു.

"എന്താ, മനസ്സിലായോ?"

"മനസ്സിലായി. ദാ ഈ കാണുന്ന പഴഞ്ചൻ വസ്ത്രങ്ങൾ ഒന്ന് ധരിച്ചുനോക്കിയാലും. ഇഷ്ടപ്പെട്ടാൽ ഞാൻ ഇവ അങ്ങേയ്ക്ക് തരാം." ഡോണിന്റെ സംസാരം കേട്ട് അന്ധാളിച്ചുപോയ ആ തയ്യൽക്കാരൻ വിനീതനായി മറുപടി പറഞ്ഞു.

ഡോൺ ആ പഴയ വസ്ത്രങ്ങൾ ധരിച്ചു.

"ശരി. ഇവ എനിക്ക് പാകമാണ്." അത്രയും പറഞ്ഞിട്ട് തന്റെ വിലകൂടിയ വസ്ത്രങ്ങളും കുറച്ച് പണവും കടക്കാരന് നൽകിയിട്ട് ഡോൺ അവിടെനിന്നും പോയി.

ഡോൺ നേരെ പോയത് സഹോദരിയുടെ വീട്ടിലേക്കാണ്. അവിടെ എത്തിയിട്ട് ഡോൺ കാവൽക്കാരനോട് പറഞ്ഞു.

"എന്റെ ചേച്ചിയോട് പറയൂ, എനിക്ക് ചേച്ചിയെ ഉടനെ കാണണമെന്ന്. ഞാൻ വന്നിട്ടുണ്ടെന്ന് പറഞ്ഞാൽ മതി."

കാവൽക്കാരൻ അല്പം അലക്ഷ്യഭാവത്തിൽ മറുപടി പറഞ്ഞു.

"ആരാണാവോ താങ്കളുടെ ചേച്ചി?"

"നിന്റെ യജമാനത്തി തന്നെ. എന്താ സംശയമുണ്ടോ, ധിക്കാരി." ഡോണിന്റെ മറുപടികേട്ട കാവൽക്കാരൻ ഉച്ചത്തിൽ ചിരിക്കാൻ തുടങ്ങി.

ആ സംസാരം കേട്ട് ഡോണിന്റെ ചേച്ചി അവിടെ എത്തി. കീറി മുഷിഞ്ഞ വസ്ത്രങ്ങൾ ധരിച്ച് അവിടെയെത്തിയ ഡോണിനോട് അവർക്ക് അമർഷവും വെറുപ്പും തോന്നി. അവർ ഡോണിനോട് ചോദിച്ചു.

"എന്താ ഡോൺ ഇങ്ങനെ? നിനക്കെന്തു പറ്റി? ഇതെന്ത് വേഷമാ?"

"ഞാനകത്തേക്ക് വരാം. എനിക്ക് നല്ല വിശപ്പുണ്ട്."

"ഡോൺ. ഈ വേഷത്തിൽ ഇപ്പോൾ നീ അകത്തേക്ക് വരുന്നത് ശരിയല്ല. എനിക്ക് അത്താഴഭക്ഷണത്തിന് ചില പ്രധാനപ്പെട്ട അതിഥികൾ ഉണ്ട്. അവരുടെ മുമ്പിൽ, ഈ വേഷത്തിൽ വരുന്നത് എനിക്ക് മാനക്കേടാണ്" അൽപ്പം നിർത്തിയിട്ട് അവർ വീണ്ടും പറഞ്ഞു.

"നീ ഇവിടെ നിൽക്ക്. നിനക്ക് ഞാൻ കുറച്ച് ഭക്ഷണം ഇങ്ങോട്ട് കൊടുത്തയക്കാം." അത്രയും പറഞ്ഞ് അവർ കതകടച്ചിട്ട് അകത്തേക്ക് പോയി. അല്പ നിമിഷങ്ങൾക്ക് ശേഷം ഒരു വേലക്കാരൻ കുറച്ച് റൊട്ടിക്കഷ്ണങ്ങളും ഒരു കുപ്പി ബീയറും കൊണ്ടു വന്ന് ഡോണിന് കൊടുത്തു. ഡോൺ ആ ഭക്ഷണം വാങ്ങി അവിടെ നിന്നും തിരികെ പോന്നു. നേരെ പോയത് തന്റെ വസ്ത്രങ്ങൾ മാറ്റിക്കൊടുത്ത ഉന്നൽക്കാരന്റെ അടുത്തേക്കാണ്.

ഡോൺ തന്റെ കയ്യിലുണ്ടായിരുന്ന ഭക്ഷണവും കുറച്ച് പണവും ആ ഉന്നൽക്കാരന് കൊടുത്തു. പഴയ വസ്ത്രങ്ങൾക്ക് പകരം, നേരത്തെ അവിടെ കൊടുത്തിരുന്ന സ്വന്തം വസ്ത്രങ്ങൾ മടക്കിവാങ്ങി അവ ധരിച്ചു. പിന്നീട് അവിടെ നിന്നും സ്വവസതിയിലേക്ക് മടങ്ങി.

വീട്ടിലെത്തിയ ഡോൺ തന്റെ ബന്ധുക്കളെയും സ്നേഹിതരെയും അടുത്ത ഒരു ദിവസം അത്താഴവിരുന്നിന് ക്ഷണിച്ചു. ക്ഷണം കിട്ടിയ എല്ലാവരും ആ ദിവസം വൈകിട്ട് ഡോണിന്റെ ബംഗ്ലാവിൽ എത്തി. അങ്ങനെ വന്ന അതിഥികളുടെ കൂട്ടത്തിൽ ഡോണിന്റെ ചേച്ചിയും ചേച്ചിയുടെ ധനികനായ ഭർത്താവും ഒറീലും മകളും ഉണ്ടായിരുന്നു എന്ന് എടുത്തു പറയേണ്ടതില്ലല്ലോ.

അത്താഴവിരുന്നിനിടയിൽ, എല്ലാവരും ഭക്ഷണം കഴിച്ച് പരസ്പരം സംസാരിച്ച് ഇരുന്നിരുന്ന ഒരു സന്ദർഭത്തിൽ ഡോൺ എല്ലാവരോടുമായി പറഞ്ഞു.

“എന്റെ പ്രിയപ്പെട്ട അതിഥികളെ ബന്ധുക്കളെ, സ്നേഹിതരെ, ഞാൻ ഈ നല്ല വേളയിൽ നിങ്ങളോടെല്ലാവരോടുമായി ചില കാര്യങ്ങൾ പറയുവാൻ ആഗ്രഹിക്കുന്നു. പ്രധാനമായും എനിക്ക് പറ്റിയ ചില തെറ്റുകളെക്കുറിച്ചാണ് പറയാനുള്ളത്. എന്റെ അച്ഛൻ അദ്ദേഹത്തിന്റെ മരണശയ്യയിൽ കിടന്നുകൊണ്ട് എനിക്ക് ചില ഉപദേശങ്ങൾ നൽകിയിരുന്നു. അവയൊന്നും ഞാൻ വേണ്ടതുപോലെ പാലിച്ചില്ല. അതിൽ ഞാനിന്ന് ഖേദിക്കുന്നു. എന്റെ തെറ്റുകൾ നിങ്ങളുടെ മുമ്പിൽ ഏറ്റുപറയുവാനും ഇനിമുതൽ തിരുത്താൻ കഴിയുന്നവ തിരുത്താൻ ഒരവസരമായും ഞാൻ ഈ സന്ദർഭം ഉപയോഗപ്പെടുത്തുകയാണ്.

ആദ്യമായി അദ്ദേഹം തന്ന ഉപദേശം വിൽക്കാൻ കൊണ്ടുപോകുന്ന മൃഗങ്ങൾക്ക് ഉദ്ദേശിക്കുന്ന വിലക്കടുത്ത് ന്യായമായ ഒരു തുക കിട്ടുമെങ്കിൽ, ആ മൃഗത്തിനെ തിരികെ വീട്ടിലേക്ക് കൊണ്ടുവരാൻ പാടില്ല എന്നതായിരുന്നു. ഞാൻ ആ ഉപദേശം കൈകൊണ്ടില്ല. ഫലം? ഇന്നെന്റെ കുതിര എനിക്ക് നഷ്ടമായിരിക്കുന്നു. ഒരപകടം സംഭവിച്ച് അത് മരിച്ചുപോയി. മിച്ചമായി എനിക്കുള്ളത്, അതാ നോക്കു, ആ ഭിത്തിയിൽ തൂങ്ങുന്ന കുതിരക്കാലുകൾ മാത്രമാണ്.”

ഡോൺ അല്പം നിർത്തിയിട്ട് വീണ്ടും തുടർന്നു.

“എന്റെ അച്ഛന്റെ ഉപദേശങ്ങളുടെ മാറ്റ് ഒന്നുരച്ചുനോക്കാൻ ഞാൻ വീണ്ടും തീരുമാനിച്ചു. കീറിപ്പറിഞ്ഞ പഴഞ്ചൻ വേഷത്തിൽ ഞാനെന്റെ ധനാഢ്യയായ മൂത്ത സഹോദരിയുടെ അടുത്ത് ഒരു ദിവസം വൈകിട്ട് പോയി. എന്റെ ചേച്ചി എന്നെ തന്റെ വീട്ടിനുള്ളിലേക്ക് ക്ഷണിച്ചില്ലെന്ന് മാത്രമല്ല, വിശപ്പിന് ആഹാരം ചോദിച്ച എനിക്ക് കിട്ടിയത് വേലക്കാരൻ മുഖേന നൽകിയ ഉണക്കറൊട്ടിത്തുണ്ടുകളും ഒരു കുപ്പി വിലകുറഞ്ഞ ബീയറും മാത്രമാണ്. എന്റെ അച്ഛൻ പറഞ്ഞത് എത്ര ശരിയായിരുന്നു എന്ന് ഞാനിന്ന് മനസ്സിലാക്കുന്നു. പിച്ചച്ചട്ടിയിൽ വീഴുന്നത് പിച്ചക്കാശുകൾ മാത്രമായിരിക്കും എന്ന് എന്നെ ഉപദേശിച്ച എന്റെ അച്ഛനെ ഞാനിപ്പോൾ ആദരവോടെ ഓർക്കുകയാണ്.”

ഡോൺ എല്ലാവരെയും നോക്കി അല്പനേരം നിന്നു. എല്ലാവരും താൻ തുടർന്ന് എന്താണ് സംസാരിക്കുക എന്ന ആകാംക്ഷയുള്ളവരാണ് എന്ന് മനസ്സിലാക്കിയ ഡോൺ തുടർന്നു.

“ഞാനടുത്തകാലത്ത് ഒരു പെൺകുട്ടിയെ പരിചയപ്പെടാൻ ഇടയായി. അവളുടെ കുടുംബത്തെക്കുറിച്ചോ, പാരമ്പര്യത്തെക്കുറിച്ചോ ഒന്നും അറിയാൻ ശ്രമിക്കാതെതന്നെ അവളെ ഇഷ്ടപ്പെടാനും സ്നേഹിക്കുവാനും തുടങ്ങി. ഒടുവിൽ കല്യാണം കഴിക്കാമെന്നും ഏതാണ്ട് തീർച്ചയാക്കി. അപ്പോഴാണ് അവൾ മറ്റൊരാളുമായി

ബന്ധം തുടരുന്ന എന്നും അവളുടെ കുടുംബ പശ്ചാത്തലം അത്ര സുഖ മുള്ളതല്ലെന്നും മനസ്സിലാക്കുവാൻ കഴിഞ്ഞത്. മറ്റൊരുതരത്തിൽ പറഞ്ഞാൽ അവൾ എന്നെ വഞ്ചിക്കുകയായിരുന്ന എന്ന് സംശ യിക്കേണ്ടിയിരിക്കുന്നു. എന്റെ അച്ഛൻ നൽകിയ ഉപദേശങ്ങളിൽ ഒന്ന് അതായിരുന്നു. നന്നായി മനസ്സിലാക്കിയതിനുശേഷം മാത്രമേ ഒരു പെൺകുട്ടിയെ സ്നേഹിക്കാനും വിവാഹം കഴിക്കാനും തീരുമാ നിക്കാവൂ എന്ന അച്ഛന്റെ ഉപദേശം വളരെ ശരിയാണെന്ന് ഞാൻ തികച്ചും ബോധവാനായിരിക്കുന്നു. അപക്വമായ എന്റെ സ്നേഹവും വിവാഹാലോചനയും ഞാനിന്ന് അവസാനിപ്പിക്കുന്നു. ഞാൻ എന്നെ നേർവഴിയിലേക്ക് തിരിച്ച് കൊണ്ടുവന്ന എന്റെ അച്ഛനോടും ദൈവത്തോടും എന്നും കടപ്പെട്ടവനായിരിക്കും. എനിക്ക് സ്നേഹവും മര്യാദയും നൽകിയ, നൽകുന്ന എന്റെ എല്ലാ സുഹൃത്തുക്കൾക്കും ഏറെ നന്ദി."

ഡോൺ അയാളുടെ വാക്കുകൾ ഉപസംഹരിച്ച അയാളുടെ സ്നേഹിതരും അഭ്യുദയകാംക്ഷികളും അവിടം വിട്ട് പോകുന്നതിന് മുൻപ് അയാളെ അഭിനന്ദിക്കാൻ മറന്നില്ല. ഡോണിന്റെ ചേച്ചിയും ഭർത്താവും ഒരിളിഭ്യചിരിയുമായി നടന്നു പോകുന്നത് പലരും ശ്ര ദ്ധിക്കാതിരുന്നില്ല. ഓറീലും മകളും അല്പം ദേഷ്യത്തോടെ എന്തൊ ക്കെയോ സംസാരിച്ചുകൊണ്ടാണ് നടന്ന് മറഞ്ഞത്.

ദിവസങ്ങളും മാസങ്ങളും കടന്നുപോയി. ഡോണിന്റെ ബംഗ്ലാവിൽ സന്ദർശകരുടെ സംഖ്യ വളരെ കുറഞ്ഞു. എങ്കിലും അത്രവലിയ സുന്ദരിയൊന്നുമല്ലാത്ത അടുത്തവീട്ടിലെ ഡ്യൂവിൽ എന്ന പെൺകുട്ടി ചിലപ്പോഴെല്ലാം അവിടെ വരുകയും ഡോണുമായി സംസാരിക്കുക യും ചെയ്യുമായിരുന്നു. ആ കുട്ടിയെ ഡോണിന് ചെറുപ്പം മുതൽക്കെ പരിചയമുണ്ടായിരുന്നു. അവൾ സൽസ്വഭാവിയായിരുന്നു എന്ന് ഡോണിന് നന്നായി അറിയാമായിരുന്നു. അതുകൊണ്ട് അവർ കൂടുതൽ കാണുവാനും അറിയുവാനും സന്ദർശകരുടെ കുറവ് പ്രയോ ജനമായി. ക്രമേണ അവർ സ്നേഹിതരായി; പരസ്പരം ഇഷ്ടപ്പെട്ടു. വിവാഹം കഴിച്ചു. ഡോണും ഡ്യൂവും വളരെ നാൾ സന്തോഷത്തോടെ സ്നേഹമുള്ള ഭാര്യാഭർത്താക്കന്മാരായി മക്കളോടൊപ്പം ജീവിച്ചു പോന്നു.

## ലോകാവസാനം

ആ പിടക്കോഴി ഒരു ഓക്ക് മരത്തണലിൽ ഉലാത്തുകയായിരുന്നു. അപ്പോഴാണ് അത് സംഭവിച്ചത്; തികച്ചും അപ്രതീക്ഷിതമായി ഓക്കു മരത്തിൽനിന്ന് ഒരു കായ അതിന്റെ വാലിൽ വീണു. എന്താണ് സംഭവിച്ചതെന്ന് അറിയാതെ അവൾ ആകെ പരിഭ്രമിച്ചു; ഭയപ്പെട്ടുപോയി. എന്തായിരിക്കും സംഭവിച്ചത്? എന്താണ് മുകളിൽ നിന്ന് അവളുടെ വാലിൽ വന്ന് വീണത്? ഒരു പിടിയും കിട്ടിയില്ല.

അവൾ പരിഭ്രമിച്ച് ഓടിയത് അവളുടെ സ്നേഹിതൻ പൂവൻകോഴിയുടെ അടുത്തേക്കാണ്.

"കോക്കി, കോക്കി, ലോകം അവസാനിക്കാൻ പോകുന്നു കോക്കീ."

അവൾ ഉച്ചത്തിൽ വിളിച്ചുകൊണ്ട് പൂവൻകോഴിയുടെ അടുത്തെത്തി. അവൻ ചോദിച്ചു,

"ഏ, ഹെന്നീ, നിയെന്താ പറയുന്നത്? ലോകം അവസാനിക്കാൻ പോകുകയാണെന്നോ, അത് നിനക്കെങ്ങനെ അറിയാം?"

"ആകാശത്തുനിന്ന് ഒരു അണ്ടി എന്റെ വാലിൽ വീണു."

"അങ്ങനെയോ? എങ്കിൽ നീ പറഞ്ഞത് നേരുതന്നെയാകണം. വാ നമുക്ക് ഇവിടെനിന്നും എങ്ങോട്ടെങ്കിലും ഓടിപ്പോകാം."

അവർ രണ്ടുപേരും ഒന്നിച്ച് ഓടാൻ തുടങ്ങി. കുറച്ചു ദൂരം പോയപ്പോൾ വഴിയിൽ ഒരു വാത്തിനെ കണ്ടു. അവർ ശബ്ദമെടുത്ത് വിളിച്ചുപറഞ്ഞു.

"ഡക്കീ, ഡക്കീ, നീ അറിഞ്ഞില്ലേ? ലോകം അവസാനിക്കാൻ പോകുന്നു."

"അത് നിനക്ക് എങ്ങനെ അറിയാം കോക്കി?"

"ഇപ്പോഴാണ് അകാശത്തുനിന്ന് ഒരു വലിയ അണ്ടി ഹെന്നിയുടെ

വാലിൽ വന്നുവീണത്."

"ഓ. അങ്ങനെയോ? എങ്കിൽ നീ പറഞ്ഞത് സത്യം തന്നെ. എങ്ങോട്ടെങ്കിലും ഓടിപ്പോകുകയേ രക്ഷയുള്ളൂ."

ഡക്കിയും അവരോടൊപ്പം ഓടാൻ തുടങ്ങി. പിന്നീട് അവർ കണ്ടു മുട്ടിയത്, ഒരു കീരിയെ ആയിരുന്നു. അവർ മൂന്നുപേരും ശബ്ദമെടുത്തു കീരിയോട് വിളിച്ചു പറഞ്ഞു.

"ഗ്രഡി, ഗ്രഡി, നിനക്കറിയാമോ? ലോകം അവസാനിക്കാൻ പോകുകയാണ്.'

"എന്ത്? ലോകം അവസാനിക്കാൻ പോകുന്നെന്നോ? അത് നിങ്ങൾക്കെങ്ങനെ മനസ്സിലായി?"

"അല്പ നിമിഷങ്ങൾക്ക് മുൻപാണ് ഈ ഹെന്നിയുടെ വാലിൽ ഒരു വലിയ അണ്ടി ആകാശത്തിൽ നിന്ന് വീണത്."

"എന്ത്? ആകാശത്തുനിന്ന് അണ്ടി വീണെന്നോ? എങ്കിൽ നിങ്ങൾ പറഞ്ഞത് ശരിതന്നെ. എന്റെ ദൈവമേ, ഇനിയിപ്പോ എന്തുചെയ്യും? ഓടി രക്ഷപ്പെടാൻ ശ്രമിക്കാം."

കീരിയും അവരോടൊപ്പം ഓടാൻ തുടങ്ങി. വഴിയരികിൽ ഒരു കുറുനരി വെയിലും കൊണ്ടു കിടക്കുന്നുണ്ടായിരുന്നു. എല്ലാവരും വേഗത്തിൽ ഓടിവരുന്നത് കണ്ട കുറുക്കൻ ചോദിച്ചു.

"കൂട്ടുകാരെ, നിങ്ങളൊക്കെ എങ്ങോട്ടാ വേവലാതിപ്പെട്ട് ഓടുന്നത്. എന്താ ആകാശം ഇടിഞ്ഞുവീഴുമെന്ന് ഭയന്നിട്ടാണോ?"

"അതേ ഫോക്സേട്ടാ, ചേട്ടനിത് എങ്ങനെ അറിഞ്ഞു?"

"എന്ത്? അറിഞ്ഞെന്നോ?"

"അല്ല ആകാശം ഇടിഞ്ഞുവീഴാൻ പോകുന്നെന്ന് ചേട്ടനെങ്ങനെ അറിഞ്ഞു?"

"ഞാൻ വെറുതെ പറഞ്ഞതല്ലേ?"

"അല്ല. അങ്ങനെയല്ല. ഫോക്സേട്ടൻ പറഞ്ഞതുതന്നെയാ സത്യം." അവരെല്ലാം ഒറ്റ ശ്വാസത്തിന് ഒന്നിച്ച് പറഞ്ഞു.

"ചേട്ടാ, അല്പ നിമിഷങ്ങൾക്ക് മുൻപാണ് ഹെന്നിയുടെ വാലേൽ ഒരു വലിയ അണ്ടി ആകാശത്തുനിന്ന് വീണത്. ചേട്ടൻ പറഞ്ഞതു പോലെ ആകാശം ഇടിഞ്ഞുവീഴാൻ പോകുകയാ. സംശയമില്ല. ഒപ്പം ലോകം അവസാനിക്കും"

"അതെയോ, നിങ്ങൾ പറഞ്ഞത് സത്യമാണെങ്കിൽ ഓടി രക്ഷ പ്പെടുകയേ നിവൃത്തിയുള്ളൂ. ഞാൻ ഓടുന്നവഴിയേ നിങ്ങളും വന്നോ, ലോകാവസാനസമയത്ത് ഒളിച്ചിരിക്കാൻ പറ്റിയ ഒരു സ്ഥലം

എനിക്കറിയാം."

"ഓ ഫോക്സ്സേട്ടനെ കണ്ടത് എത്ര വലിയ ഭാഗ്യമായി"

അവരെല്ലാവരും കുറുക്കന്റെ പിന്നാലെ ഓടാൻ തുടങ്ങി. കുറേനേരം ഓടി അവരെത്തിയത് ഒരു വലിയ കാട്ടിലാണ്. കുറുക്കൻ ധാരാളം മരങ്ങളും കുറ്റിച്ചെടികളും കൊണ്ട് സമൃദ്ധമായ കാട്ടിൽ ഒരല്പം തുറസ്സായ ഒരിടത്ത് നിന്നു. ഓട്ടത്തിന്റെ അണപ്പ് തീരാൻ ഒരു മിനിറ്റ് മിണ്ടാതെ നിന്നതിനുശേഷം കുറുക്കൻ പറഞ്ഞു.

"കൂട്ടുകാരെ, ഞാൻ പറഞ്ഞ സുരക്ഷാ സങ്കേതം ഇതിനടുത്താണ്. നിങ്ങളെല്ലാം ഇവിടെ നിൽക്കുക. ഞാൻ ഓരോരുത്തരെയായി അടുത്തുള്ള സുരക്ഷിതതാവളത്തിൽ എത്തിക്കാം. എന്താ നിങ്ങൾക്കെല്ലാം സമ്മതമല്ലേ?"

"അതെയതെ"

"അപ്പോൾ നമ്മൾ ആരൊക്കെയാണെന്ന് ഞാനൊന്ന് ഉറപ്പ് വരുത്തട്ടെ. നിങ്ങൾ എല്ലാവരും ഒരു വരിയായി ഒന്ന് നില്ക്കൂ... ങ്ങാ, ശരി... അങ്ങനെ."

കുറുക്കൻ പറഞ്ഞു.

"ഞാനൊന്ന് തിട്ടം വരുത്തട്ടെ നമ്മൾ എത്ര പേരുണ്ട്...

ആദ്യം ഞാൻ, ഫോക്സി. പിന്നെ ഗൂഡി; അടുത്ത് ഡക്കി; നാലാമത് ഹെന്നി; അഞ്ചാമത് കോക്കി. അങ്ങനെ നമ്മൾ അഞ്ചുപേർ. എന്താ ശരിയല്ലേ?

"ശരിയാ"

"അപ്പോൾ കോക്കി. നീ ആദ്യം എന്റെ കൂടെ വാ. ഞാൻ നിന്നെ നമ്മുടെ സുരക്ഷാ താവളത്തിൽ എത്തിക്കാം. കുറുക്കനും പൂവൻ കോഴിയും ഒന്നിച്ച് അവിടെനിന്ന് നടന്നുമറഞ്ഞു. കുറുക്കൻ കാട്ടിൽ ആർക്കും കാണാൻ കഴിയാത്ത ഒരിടത്ത് പൂവൻ കോഴിയെ കൊണ്ടുപോയി കൊന്നുതിന്നു.

'ഹാ. നല്ല കോഴിയിറച്ചി. അങ്ങനെ ഇന്ന് അധികം ബുദ്ധിമുട്ടാതെതന്നെ നല്ല ഒരു സദ്യതരമായി' അവൻ സ്വയം പറഞ്ഞു. പിന്നീട് കുറുക്കൻ തിരികെ വന്നു. മറ്റുള്ളവരോടായി പറഞ്ഞു.

" കൂട്ടരെ, അങ്ങനെ നമ്മുടെ കോക്കി രക്ഷപ്പെട്ടു. ഇനി അവന് ലോകാവസാനത്തെക്കുറിച്ച് പേടിക്കേണ്ട ആവശ്യമില്ല." കുറുക്കൻ ഒരേമ്പക്കം വിട്ടിട്ട് വീണ്ടും പറഞ്ഞു.

"ശരി, ശരി. സമയം കളയണ്ട. ഇനി ആരാ എന്റെ കൂടെ വരുന്നത്?" കുറുക്കൻ എല്ലാവരെയും നോക്കിയിട്ട് ചോദിച്ചു.

“ശരി, അടുത്തത് ഡ്രഡിയാവട്ടെ.” കുറുക്കൻ ഡ്രഡിയേയും കൂട്ടി കാട്ടിനുള്ളിലേക്ക് പോയി. പിന്നീട് നടന്നത് എന്താണെന്ന് പറയേണ്ടതില്ലല്ലോ. എല്ലാം വേണ്ടതുപോലെ ചെയ്തു തീർത്ത് തിരികെ എത്തിയ കുറുക്കൻ പറഞ്ഞു.

“അങ്ങനെ നമ്മുടെ ഡ്രഡിയും സുരക്ഷാസങ്കേതത്തിൽ എത്തി. ഇനി ആരൊക്കെയാണ് നോക്കാം.”

കുറുക്കൻ മുൻപ് ചെയ്തതുപോലെ കണക്കെടുത്തു.

“ഞാൻ ഫോക്സി; രണ്ട്-ഡക്കി; മൂന്ന് ഹെന്നി; ഇനി ഞാനും ഡക്കിയും പോകാം.”

അവർ അവിടെ നിന്ന് പോയി. കുറച്ചു സമയത്തിന് ശേഷം തിരികെ വന്ന കുറുക്കൻ അടുത്തയാളെയും, അങ്ങനെ എല്ലാവരെയും കൊന്ന് തിന്നു.

വയറ് നല്ലതുപോലെ നിറഞ്ഞ കുറുക്കൻ ഒരു മരത്തിൽ ചാരിയിരുന്ന് വിശ്രമിച്ചു. വിശ്രമിക്കുന്നതിനിടയിൽ അവൻ സ്വയം, ഒരു പുഞ്ചിരിയോടെ ഉറക്കെ പറഞ്ഞു.

“അങ്ങനെ ലോകവസാനത്തെക്കുറിച്ച് ഉള്ള ഭയത്തിൽ നിന്ന് അവരെയെല്ലാം നാം മുക്തരാക്കിയിരിക്കുന്നു.”

## യജമാനൻ നൽകിയ മൂന്ന് നല്ല ഉപദേശങ്ങൾ

അയർലണ്ടിൽ പ്രചാരത്തിലുള്ള നാടോടിക്കഥകളിൽ ഭൂരിഭാഗവും പ്രേത-യക്ഷികഥകളാണെന്ന് പറയാം. നമ്മുടെ പഞ്ചതന്ത്രകഥകളിലേതുപോലെ ഗുണ പാഠങ്ങൾ നൽകുന്ന കഥകൾ കുറവാണ്. ഇല്ലെന്നല്ല. നിങ്ങൾ നേരത്തെ വായിച്ച 'അച്ഛൻ നൽകിയ ഉപദേശങ്ങളും, ലോകാവസാനവും' ഇങ്ങനെ ഗുണപാഠങ്ങളിൽ ഊന്നിക്കൊണ്ടുള്ള കഥകൾ ആയിരുന്നുവല്ലൊ. ഇതും അതുപോലെ ഒന്നാണ്. ഇത് സ്കോട്ട് ലാണ്ടിൽ പ്രചാരത്തിലുണ്ടായിരുന്നതാണെന്നും അവിടെ നിന്നുമാണ് അയർലണ്ടിലേക്ക് പ്രചരിച്ചതെന്നും പറയപ്പെടുന്നു.

ഇതും വളരെ പണ്ട് നടന്ന ഒരു കഥയാണ്. ആ കാലങ്ങളിൽ കൃഷിനാശവും, ഭക്ഷണക്ഷാമവും അയർലണ്ടിൽ പതിവായിരുന്നു. ആ കൊല്ലവും അതുതന്നെ സംഭവിച്ചു. കൃഷി നശിച്ച് ഭക്ഷണസാധനങ്ങൾ കിട്ടാതെയായി. ജീവിക്കാൻ മാർഗമില്ലെന്ന നില കുറേ നാളത്തേക്ക് തുടർന്നപ്പോൾ പലരും ജോലിയും ജീവിതമാർഗവും തേടി ഇംഗ്ലണ്ടിലേക്ക് പോയി. അക്കൊല്ലം അങ്ങനെ ഇംഗ്ലണ്ടിലേക്ക് പോയവരുടെ കൂട്ടത്തിൽ ജോൺ കാർഡനും ഉണ്ടായിരുന്നു. ജോൺ അദ്ദേഹത്തിന്റെ ഭാര്യയേയും രണ്ട് മക്കളെയും അയർലണ്ടിൽതന്നെ വിട്ടിട്ടാണ് ഇംഗ്ലണ്ടിലേക്ക് യാത്രതിരിച്ചത്.

ജോൺ ചുറുചുറുക്കുള്ള ഒരു ചെറുപ്പക്കാരനായിരുന്നു. കൂടാതെ അക്കാലത്ത് ഒരു ഗ്രാമത്തിൽ അറിഞ്ഞിരിക്കേണ്ട എല്ലാ ജോലികളും ജോണിന് വശമായിരുന്നു. അതുകൊണ്ട് ഇംഗ്ലണ്ടിൽ എത്തി രണ്ട് മൂന്ന് ദിവസങ്ങൾക്കുള്ളിൽതന്നെ ജോണിന് ഒരു വീട്ടിൽ തോട്ടപ്പണികൾ നോക്കുന്ന ജോലികിട്ടി. ഒരു വർഷത്തേക്ക് പന്ത്രണ്ട് പൊൻപണം. അതായിരുന്നു നിശ്ചയിച്ച വേതനം. കൂടാതെ

താമസിക്കാൻ സൗകര്യവും ഭക്ഷണവും. നല്ല സ്നേഹത്തോടെ പെരുമാറുന്ന യജമാനൻ. ദിവസങ്ങൾക്കകം ജോൺ യജമാനന്റെ വിശ്വസ്തനമായി. ദിവസങ്ങൾ വളരെവേഗം കടന്നുപോയി. പറഞ്ഞുറപ്പിച്ച ഒരു വർഷം കഴിഞ്ഞപ്പോൾ ജോൺ തിരികെ സ്വന്തം വീട്ടിലേക്ക് മടങ്ങാൻ തീരുമാനിച്ചു. വിവരം യജമാനനോട് പറഞ്ഞു.

"എന്താ ജോൺ, നിനക്ക് ഇത്രവേഗം തിരികെ പോകണമെന്നായോ? എന്റെ കൂടെയുള്ള ജോലി തൃപ്തികരമായിരുന്നില്ലേ, അതോ നിനക്ക് എന്റെ പെരുമാറ്റം ഇഷ്ടപ്പെട്ടില്ലെന്നുണ്ടോ?

"ഇല്ല യജമാനനെ. ഒരിക്കലുമില്ല. അങ്ങ് എനിക്ക് കഴിയുന്ന എല്ലാ സൗകര്യങ്ങളും ചെയ്തുതന്നു. ഞാൻ അങ്ങയോട് ഒരു വർഷം ജോലി ചെയ്യാമെന്നല്ലെ പറഞ്ഞിരുന്നത്. ഒരു വർഷം തികഞ്ഞസ്ഥിതിക്ക് ഇനി തിരികെ പോകാമെന്ന് വിചാരിച്ചു, അത്രതന്നെ" ഒന്ന് നിർത്തിയിട്ട് ജോൺ വീണ്ടും പറഞ്ഞു.

"ഞാൻ എന്റെ ഭാര്യയേയും രണ്ടു കുട്ടികളേയും അയർലണ്ടിൽ വിട്ടിട്ടാണ് ഇവിടെ വന്നത്. വരൾച്ച കാരണം ജീവിത മാർഗ്ഗം എല്ലാം അടഞ്ഞതുകൊണ്ടാണ് ഇവിടേക്കു വന്നത്. ഇപ്പോൾ അങ്ങ് തരുന്ന വേതനവും വാങ്ങി തിരികെപോയി അവർക്ക് ഒരാശ്വാസമാകേണ്ടത് എന്റെ കടമയല്ലേ? അവർ ഇത്രയും കാലം എങ്ങനെ കഴിഞ്ഞു എന്നുപോലും എനിക്ക് അറിയുകയില്ലല്ലൊ?"

"ശരിയാണ്, നിന്റെ ആഗ്രഹം തികച്ചും ന്യായമാണ്." അല്പനേരത്തെ മൗനത്തിനു ശേഷം യജമാനൻ തുടർന്നു.

"നീ എനിക്ക് വിശ്വസ്തനും പ്രിയപ്പെട്ടവനും ആണ്. നിനക്ക് ഞാൻ നൽകാമെന്നേറ്റിരുന്ന പന്ത്രണ്ടു പൊൻപണം നിനക്ക് അവകാശപ്പെട്ടതാണ്. സംശയമില്ല. മാത്രമല്ല എന്റെ സ്നേഹവും വിശ്വാസവും പിടിച്ചു പറ്റിയ നിനക്ക് അതിന്റെ പത്തുമടങ്ങ് തരാനാണ് എന്റെ തീരുമാനം. പക്ഷേ അത് നിനക്ക് വേണമെങ്കിൽ, സ്വീകാര്യമാണെങ്കിൽ ഞാൻ പറയുന്ന കാര്യങ്ങൾ യാതൊരു നിബന്ധനയുമില്ലാതെ നീ അംഗീകരിക്കണം. പറയൂ, നിനക്ക് ഏതാണ് വേണ്ടത്? പന്ത്രണ്ട് പൊൻപണമോ അതോ ഞാൻ നൽകുന്ന നിബന്ധകളോട്ടുകൂടിയ പാരിതോഷികമോ?"

ജോൺ അല്പനേരം ആലോചിച്ചു. 'തന്റെ യജമാനന് തന്നോട് മമതയും വിശ്വാസവും ആണ്. അദ്ദേഹം ഒരിക്കലും തന്നോട് തെറ്റായി പെരുമാറുകയില്ല. തന്നെ വഞ്ചിച്ചിട്ട് അദ്ദേഹത്തിന് ഒന്നും നേടാൻ ഇല്ല. പിന്നെന്തുകൊണ്ട് അദ്ദേഹത്തിന്റെ നിബന്ധനകൾ അംഗീകരിച്ചുകൂടാ?'

പിന്നീട് ജോൺ പറഞ്ഞു.

"യജമാനനെ, ഞാൻ അങ്ങയുടെ നിബന്ധനകളോടുകൂടിയ പാരിതോഷികം സ്വീകരിക്കുന്നു. അതെന്തായാലും എനിക്ക് സന്തോഷമാണ്"

"ശരി അങ്ങനെയെങ്കിൽ ഞാൻ പറയുന്നത് ശ്രദ്ധയോടെ കേൾക്കുക."

"ശരി" ജോൺ സമ്മതിച്ചു.

"ആദ്യമായി ഞാൻ നിനക്ക് മൂന്നു ഉപദേശങ്ങൾ തരും. ഈ ഉപദേശങ്ങൾ നീ എന്നും പാലിക്കുമെന്ന് എനിക്ക് ഉറപ്പു നൽകണം."

"ശരി. ഞാൻ തീർച്ചയായും പാലിക്കും."

"എങ്കിൽ ആദ്യത്തെ ഉപദേശം ഇതാ. നീ വീട്ടിലേക്കുള്ള മടക്കയാത്രയിലും പിന്നീട് എപ്പോൾ യാത്രചെയ്യുമ്പോഴും ഒരിക്കലും കുറുക്കുവഴികളിൽക്കൂടി സഞ്ചരിക്കാൻ പാടില്ല. എപ്പോഴും പ്രധാന നേർവഴികൾ, അവ അല്പം ദൂരക്കൂടുതൽ ഉള്ളവ ആയാൽപോലും എന്താ, സമ്മതമാണോ?"

"അതെ."

"രണ്ടാമത്തെ ഉപദേശം ഇതാ. നീ യാത്രചെയ്യുമ്പോൾ രാത്രിയിൽ വിശ്രമം ആവശ്യമാകുമ്പോൾ താമസിക്കാൻ തിരഞ്ഞെടുക്കുന്ന വിടുതികളെക്കുറിച്ച് ശരിയായി അന്വേഷിക്കണം. ദുർബലനായ ഭർത്താവും അധിക സ്വാതന്ത്ര്യം കാണിക്കുന്ന ചെറുപ്പക്കാരിയായ ഭാര്യയും ചേർന്ന് നടത്തുന്ന വിടുതികളിൽ ഒരു കാരണവശാലും വിശ്രമിക്കരുത്. (ആ കാലങ്ങളിൽ യാത്രക്കാർക്കു വേണ്ടിയുള്ള വിടുതികൾ നടത്തിയിരുന്നത് പലപ്പോഴും വീടുകളോട് ചേർന്ന ഉപരിവീടുകളിലോ അല്ലെങ്കിൽ പ്രധാന വീട്ടിൽതന്നെയുള്ള ഒഴിഞ്ഞമുറികളോ ഉപയോഗപ്പെടുത്തിക്കൊണ്ടായിരുന്നു.)

"അങ്ങനെയാകട്ടെ യജമാനനെ, ഞാൻ തീർച്ചയായും അങ്ങനെ ശ്രദ്ധിച്ചുകൊള്ളാം"

"എന്നും ഓർക്കുക. സത്യസന്ധതയാണ് ഏറ്റവും വിലപ്പെട്ട ധനം. ഇത് മറന്ന് പ്രവർത്തിക്കരുത്."

"എനിക്ക് ഈ ഉപദേശവും സ്വീകാര്യമാണ്."

"എങ്കിൽ നീ സമ്പാദിച്ച വേതനത്തിന് പകരം ഞാൻ നിനക്ക് നൽകുന്നത് ഈ മൂന്ന് ഉപദേശങ്ങളാണ്. ഇവയുടെ മൂല്യം നീ സമ്പാദിച്ച വേതനത്തേക്കാൾ പതിൻമടങ്ങ് വിലപ്പെട്ടതാണ്. ഇതു കൂടാതെ നിനക്ക് ഒരു പൊൻ പണം യാത്രചിലവിനായി തരും.

അതൊടൊപ്പം രണ്ടുകഷ്ണം കേക്കും. ഒരു കഷ്ണം നിന്റെ ഭാര്യയ്ക്ക്, മറ്റേ കഷ്ണം, ആദ്യത്തേതു നിന്റെ ഭാര്യയ്ക്കു നൽകിയതിനുശേഷം നിനക്കു തിന്നാം."

ആ വാക്കുകൾ കേട്ട ജോൺ അല്പനേരം അമ്പരന്ന് നിന്നുപോയി. അവൻ ആലോചിച്ചു. 'എന്ത്? എനിക്ക് കൂലിയായി ഒന്നും തരില്ലെന്നോ? എങ്കിലും യജമാനൻ ഇങ്ങനെ ചതിക്കേണ്ട കാര്യമൊന്നും ഇല്ലല്ലോ. കുറച്ചുനേരം ആലോചിച്ചതിനുശേഷം തന്റെ യജമാനനൻ തന്നെ ചതിക്കില്ലെന്നും, ഇതെല്ലാം തന്റെ നന്മയെ ഉദ്ദേശിച്ച് മാത്രം ചെയ്യുന്നതായിരിക്കും എന്ന് ആശ്വസിക്കാം'.

അന്നുതന്നെ ജോൺ അയൽണ്ടിലേക്ക് യാത്ര തിരിച്ചു. വഴിയിൽ മറ്റ് രണ്ട് ചെറുപ്പക്കാരെ പരിചയപ്പെട്ടു. അവർ നന്നായി, സരസമായി സംസാരിക്കുന്നവരും അയർലണ്ടിലേക്കുതന്നെ യാത്ര ചെയ്യുന്നവരും ആയിരുന്നു. അതുകൊണ്ട് അവർ മൂവരും ഒന്നിച്ച് വർത്തമാനം പറഞ്ഞ് നടന്നു. നേരം ഏതാണ്ട് സന്ധ്യയാകാറായപ്പോൾ അവർ ഒരു കാട്ടുപ്രദേശത്ത് എത്തിയിരുന്നു. കൂട്ടുകാർ ജോണിനോട് പറഞ്ഞു.

"ജോൺ. ദാ. നോക്ക്. നമുക്ക് കാടിനകത്തുകൂടിയുള്ള ഈ വഴിയിൽ പോകാം, ഇതുവഴി പോയാൽ പ്രധാനറോഡിൽക്കൂടി പോകുന്നതിനേക്കാൾ ഏതാണ്ട് മൂന്നു മൈൽ നടപ്പ് ലാഭിക്കാം."

കൂട്ടുകാർ പറഞ്ഞത് കേട്ടപ്പോൾ ജോൺ തന്റെ ജയമാനന്റെ ഉപദേശം ഓർത്തു.

"ഇല്ല കൂട്ടുകാരെ. ഞാൻ ഈ മെയിൻ റോഡിൽക്കൂടിതന്നെ നടക്കുന്നു. നിങ്ങൾ വേണമെങ്കിൽ ആ വഴിയിൽ വന്നുകൊള്ളുക. ഇവിടെ നിന്ന് പത്തുമൈൽ താണ്ടിയാൽ വെൽകം ലോഡ്ജ് എന്ന പേരിൽ ഒരു വിടുതിയുണ്ട്. നമുക്ക് അവിടെ കണ്ടുമുട്ടാം."

"അങ്ങനെയാകട്ടെ" അത്രയും പറഞ്ഞ് അവർ നടപ്പാതയിൽക്കൂടി നടന്നു. ജോൺ പ്രധാന നിരത്തിൽക്കൂടിയും. രാത്രി ഏതാണ്ട് എട്ടുമണിയോടുകൂടി വെൽകം ലോഡ്ജിൽ എത്തിച്ചേർന്ന ജോൺ തന്റെ കൂട്ടുകാർ അവിടെ എത്തിയിട്ടുണ്ടോ എന്ന് അന്വേഷിച്ചു. അവർ എത്തിയിട്ടില്ല എന്ന് മനസ്സിലാക്കിയ ജോൺ അവർക്കുവേണ്ടി കാത്തിരിക്കുന്നതിനിടയിൽ ആലോചിച്ചു. 'എന്തായിരിക്കും സംഭവിച്ചിരിക്കുക? അവർ എന്നേക്കാൾ നേരത്തെ ഇവിടെ എത്തേണ്ടതായിരുന്നു.' അങ്ങനെ ആലോചിക്കുമ്പോൾ അവർ തികച്ചും അവശനിലയിൽ അവിടെ എത്തി. ദേഹത്ത് അടികൊണ്ട പാടുകളും രക്തക്കറയും ഉണ്ടായിരുന്നു. വസ്ത്രങ്ങൾ കീറിയിരുന്നു. വിവരം അന്വേഷിച്ചപ്പോൾ മനസ്സിലായത് വഴിയിൽ ആരോ അക്രമികൾ അവരെ

ഭീഷണിപ്പെടുത്തി, ദേഹോപദ്രവം ഏല്പിച്ച് അവരുടെ കൈയിലു ണ്ടായിരുന്ന വിലപ്പെട്ട സാധനങ്ങൾ എല്ലാം പിടിച്ചുപറിച്ചുകൊണ്ട് പോയി എന്നാണ്. പ്രത്യേകമായി ഒളിച്ചുവെച്ചിരുന്ന കുറച്ച് സ്വർണ്ണ നാണയങ്ങൾ മാത്രം അക്രമികളുടെ കൈയിൽ പെട്ടില്ല. ജോൺ അവരെ ആശ്വസിപ്പിച്ചു.

"പോയത് പോയി. ആശ്വസിക്ക്. നമുക്ക് ഓരോ കോപ്പ ബീയർ കുടിച്ചിട്ടാകാം ഇവിടെ രാത്രി താമസിക്കുന്നതിന് വേണ്ട ഏർപ്പാട് ചെയ്യാൻ. വാ."

അവർ മൂന്നുപേരും ബിയർ കുടിച്ചുകൊണ്ട് ഇരിക്കുമ്പോൾ ചെറു പ്പക്കാരിയായ ഒരു സ്ത്രീ ബാറിൽ വന്ന് പരിചാകരന്മാരോട് വളരെ കർക്കശമായും അശ്ലീലമായ ഭാഷ ഉപയോഗിച്ചും സംസാരിക്കുന്നത് അവർ ശ്രദ്ധിച്ചു. അവരുടെ കൂടെ മദ്ധ്യവയസ്കനായ ഒരാളും ഉണ്ടായി രുന്നു. അവർ അവിടെ നിന്നും പോയതിനുശേഷം ജോൺ പരിചാ രകിൽ ഒരാളോട് ചോദിച്ചു.

"സ്നേഹിതാ, ആ ശബ്ദമെടുത്ത് സംസാരിച്ച സ്ത്രീ ആരാണ്?"

"ഓ, അതോ? അവരാണ് ഈ ലോഡ്ജിന്റെ ഉടമസ്ഥ."

"ഓ അതേയോ? അപ്പോൾ കൂടെയുണ്ടായിരുന്ന ആ മദ്ധ്യവയ സ്കനോ?"

"ഓ അത് അവരുടെ ഭർത്താവാണ്. പക്ഷേ കാര്യങ്ങളെല്ലാം നടത്തുന്നത് അവരാണ്." അയാൾ കൂട്ടിചേർത്തു.

"അത് അയാളുടെ രണ്ടാം ഭാര്യയാണ്. ഭയങ്കരി." അതുകേട്ടപ്പോൾ ജോൺ തന്റെ യജമാനൻ നൽകിയ ഉപദേശങ്ങൾ ഓർത്തു. അവൻ കൂട്ടുകാരോട് പറഞ്ഞു.

"സ്നേഹിതരെ. നമുക്ക് ഈ ലോഡ്ജിൽ താമസിക്കണ്ട. അല്പം ദൂരെ വഴിയരികിൽ മറ്റൊരു വിശ്രമസ്ഥലം ഉണ്ട്. ഇവിടുത്തെപ്പോലെ സൗകര്യങ്ങൾ ഇല്ലെങ്കിലും ഞാനവിടെ പോകുകയാണ്. പക്ഷേ കൂട്ടുകാർ പറഞ്ഞു.

"ഞങ്ങളിനി എങ്ങോട്ടും വരുന്നില്ല. ഇവിടെത്തന്നെ കൂടുകയാ."

"അതെയതെ. ഇവിടെത്തന്നെ കൂടാം. ഈ വിടുതിയുടെ ഉടമ നല്ല സുന്ദരിയായ ചെറുപ്പക്കാരിയാണ്. നല്ല തന്റേടിയും. സൗകര്യം കിട്ടിയാൽ അവരെ പരിചയപ്പെടുകയും ചെയ്യാം."

"ശരി. എങ്കിൽ നമുക്ക് നാളെ പ്രഭാതത്തിൽ വീണ്ടും കാണാം. ഒന്നിച്ചു തന്നെ യാത്ര തുടരാം." അത്രയും പറഞ്ഞ് ജോൺ നടന്നു.

അടുത്തദിവസം രാവിലെ യാത്രയ്ക്ക് തയ്യാറായി. ജോൺ കുറേ

നേരം കൂട്ടുകാർക്കുവേണ്ടി കാത്തിരുന്നു. അതുവഴി ആ സമയത്ത് വന്ന ഒരാളോട് വഴിയിൽ മറ്റാരെയെങ്കിലും കണ്ടുവോ എന്ന് അന്വേഷിച്ചു. ആയാളിൽ നിന്ന് കേട്ടത് ഞെട്ടിപ്പിക്കുന്ന ഒരു വാർത്തയായിരുന്നു. അയാൾ തന്റെ സ്നേഹിതർ തങ്ങിയിരുന്ന ലോഡ്ജിൽ നിന്നാണ് വരുന്നത് എന്നും, ജോണിന്റെ സ്നേഹിതർ രാത്രിയിൽ എങ്ങനെയോ കൊല്ലപ്പെട്ടു എന്നുമായിരുന്നു വാർത്ത. എന്തിന്, എങ്ങനെ കൊല്ലപ്പെട്ടു എന്ന് അയാൾക്കും അറിയാമായിരുന്നില്ല. വിവരം കേട്ട ജോൺ ദുഃഖത്തോടെ തന്നെ യാത്ര തുടർന്നു. ഏതാണ്ട് സന്ധ്യയടുത്തപ്പോഴേക്കും സ്വഗൃഹത്തിൽ എത്തിച്ചേർന്നു അവനേ കണ്ടതിൽ ഭാര്യയ്ക്കും മക്കൾക്കും ഉണ്ടായ സന്തോഷം പറഞ്ഞറിയിക്കാവുന്നതിലും അധികം ആയിരുന്നു. മക്കൾ അച്ഛനെ കെട്ടിപ്പിടിച്ച് ഉമ്മവെച്ചു. ജോൺ ചോദിച്ചു.

"കഴിഞ്ഞ ഒരു വർഷം നിങ്ങളെങ്ങനെ തള്ളിനീക്കി എന്നറിയത്തില്ല. നീയും മക്കളും വളരെ കഷ്ടപ്പെട്ടു അല്ലേ."

ജോണിന്റെ ഭാര്യ പറഞ്ഞു. "കഴിഞ്ഞ ഒരു വർഷം ഞങ്ങൾ വളരെ കഷ്ടപ്പെട്ടു. പലപ്പോഴും ആഹാരത്തിനുവേണ്ടി പിച്ചയെടുക്കേണ്ടിവന്നു." അവൾ തുടർന്ന് പറഞ്ഞു.

"എങ്കിലും ഇന്ന് നല്ല ദിവസമാ. നിങ്ങൾ വന്നല്ലൊ. സമാധാനമായി. എന്നു മാത്രമല്ല അല്പം മുമ്പ് ദൈവം തന്ന ഒരു ചെറിയ നിധിയും കിട്ടി."

"എന്താ അത്?" ജോൺ ആശ്ചര്യത്തോട തിരക്കി.

"കുറച്ചുമുമ്പ് നമ്മുടെ മോൻ മിക്കിക്ക് റോഡരികിൽ നിന്ന് കിട്ടിയതാണ് ഈ സഞ്ചി ഇതുമുഴുവൻ സ്വർണ നാണയങ്ങളാ. നോക്കിയാട്ടെ." അവർ ആ സഞ്ചി ജോണിന് കാണിച്ചുകൊടുത്തു.

"എന്ത്? റോഡരികിൽനിന്ന് ഈ സഞ്ചി കിട്ടിയെന്നോ? എങ്കിൽ അത് ഏതെങ്കിലും പാവം വഴിപോക്കന്റെ കയ്യിൽനിന്ന് വീണുപോയതായിരിക്കും. സംശയമില്ല."

"അതേന്നേ, ഇത് ഇവിടെയടുത്തുള്ള ആ പ്രഭുവില്ലേ. അയാളുടേതാ. അയാൾ കാലത്ത് കുതിരപ്പുറത്ത് ആ വഴിയെപോയപ്പോൾ താഴെ വീണതാ. മിക്കി കണ്ടന്നേ." ഭാര്യ വിശദീകരിച്ചു.

"ഓ അങ്ങനെയാണോ? എങ്കിൽ നാം അത് അദ്ദേഹത്തിന് തിരികെ നൽകണം."

"ഛെ. അതെങ്ങനെ ശരിയാകും? അയാൾക്കാണെങ്കിൽ ഈ പണം വെറും നിസ്സാരതുകയാണ്. നമുക്കാണെങ്കിൽ കുറച്ചു ദിവസം പട്ടിണികൂട്ടാതെ എന്തെങ്കിലും ആഹാരം കഴിക്കാനുള്ള വകയാകും."

“അതൊക്കെ ശരിയാണ്. പക്ഷേ, നാം ഒരിക്കലും സത്യസന്ധമല്ലാത്ത ഒന്നും ചെയ്യാൻ പാടില്ല. നീ ഞാൻ പറയുന്നത് അനുസരിക്കണം. ഉടനേതന്നെ നീ ആ പ്രഭുകുമാരന്റെ  വീട്ടിൽ പോയി ആ സഞ്ചി തിരികെ കൊടുത്തിട്ട്  വരണം”

“നിങ്ങൾ പറയുന്നതൊന്നും ശരിയായി എനിക്ക് തോന്നുന്നില്ല. എന്നാലും ഞാൻ അങ്ങയുടെ വാക്കുകൾ അനുസരിക്കാം.”

അവൾ സഞ്ചിയുമായി പ്രഭുവിന്റെ വീട്ടിലേക്ക് നടന്നു. വീട്ടുമുറ്റത്ത് എത്തിയ അവളോട് കാവൽക്കാരൻ ചോദിച്ചു.

“ഉം. നിനക്കിവിടെ എന്താ കാര്യം.”

“എനിക്ക് ഇവിടുത്തെ യജമാനനെ ഒന്നു കാണണം. ഒരു സംഗതി അറിയിക്കുവാനുണ്ട്.”

“ഇപ്പോൾ അദ്ദേഹത്തെ കാണാൻ സാധ്യമല്ല. വിവരം എന്താണെങ്കിലും എന്നെ ധരിപ്പിച്ചാൽ മതി. ഞാൻ സൗകര്യമായി അദ്ദേഹത്തോട് പറഞ്ഞുകൊള്ളാം.”

“ഈ സഞ്ചിയും അദ്ദേഹത്തിന് തിരികെ നൽകേണ്ടതുണ്ട്.”

“ഓ അങ്ങനെയോ. എങ്കിൽ അത് എന്റെ കൈയ്യിൽ തന്നാൽ മതി. ഞാൻ യജമാനന് കൊടുത്തുകൊള്ളാം.”

നാൻസി സഞ്ചി അയാളുടെ കയ്യിൽ കൊടുത്തിട്ട് തിരികെ വീട്ടിലേക്ക് പോന്നു.

തിരികെ വീട്ടിലെത്തിയതും നാൻസി ജോണിനോട് വിവരങ്ങൾ എല്ലാം പറഞ്ഞു.

“ശരി. സാരമില്ല. നമ്മൾ നമ്മുടെ കടമ സത്യസന്ധമായി ചെയ്തു. അതുമതി. പിന്നീട് ജോൺ തന്റെ സഞ്ചിയിൽ നിന്നും യജമാനൻ തന്ന കേയ്ക്ക് കഷ്ണങ്ങൾ വെളിയിലെടുത്തു. യജമാനൻ നിർദ്ദേശിച്ചതുപോലെ ആദ്യത്തെക്കഷ്ണം ഭാര്യയ്ക്കു നൽകി.

“നീയും മക്കളും ഇത് വീതിച്ച് തിന്ന്.” ജോൺ പറഞ്ഞു.

ഭാര്യ കേയ്ക്കു കഷ്ണം രണ്ടായി മുറിച്ചപ്പോൾ അതിനകത്ത് പത്ത് സ്വർണ നാണയങ്ങൾ.

“എന്ത്? കേയ്ക്കിനകത്ത് സ്വർണ നാണയങ്ങളോ?” അതിശയത്തോടെ അല്പം ആലോചിച്ചതിന് ശേഷം ജോൺ പറഞ്ഞു.

“എന്റെ കയ്യിൽനിന്നും പണം യാത്രക്കിടയിൽ നഷ്ടപ്പെടാതിരിക്കാൻ യജമാനൻ ചെയ്ത സൂത്രമാണ് ഇത്. സംശയമില്ല.”

ജോൺ മറ്റേ കേയ്ക്ക് കഷ്ണവും എടുത്ത് പരിശോധിച്ചു. അതിനകത്തും ഉണ്ടായിരുന്നു, പത്ത് സ്വർണ നാണയങ്ങൾ. അവർക്കെല്ലാം

വളരെ സന്തോഷമായി എന്നു മാത്രമല്ല ജോണിന് തന്റെ യജമാന നോട് കൂടുതൽ സ്നേഹവും വിശ്വാസവും തോന്നി.

രണ്ടു ദിവസങ്ങൾക്കു ശേഷം വഴിയോരത്ത് നടക്കുമ്പോൾ ആ പ്ര ഭുകുമാരൻ കുതിരപ്പുറത്ത് വരുന്നത് ജോൺ കണ്ടു. ജോൺ കൈകൾ ഉയർത്തിക്കാണിച്ച് അദ്ദേഹത്തോട് നിൽക്കാൻ അഭ്യർത്ഥിച്ചു. പ്രഭു കുതിരയുടെ കടിഞ്ഞാൺ പിടിച്ച് നിർത്തി. ജോണിനോട് മര്യാദ യോടെ ചോദിച്ചു.

“നിങ്ങൾക്ക് എന്താണ് ആവശ്യം?”

“എന്റെ പേര് ജോൺ, ഞാൻ ഇവിടെ അതാ ആ കാണുന്ന ചെറിയ കുടിലിലാണ് താമസം. എനിക്ക് പ്രത്യേകിച്ച് ആവശ്യ ങ്ങൾ ഒന്നുമില്ല. എങ്കിലും രണ്ട് ദിവസം മുൻപ് താങ്കൾക്ക് സ്വർണ നാണയങ്ങളോടു കൂടിയ ഒരു പണസഞ്ചി നഷ്ടപ്പെട്ടോ എന്നറിയാൻ താല്പര്യമുണ്ട്.” ജോൺ പറഞ്ഞു.

“അതെ. നഷ്ടപ്പെട്ടു. പക്ഷേ അത് നിനക്ക് എങ്ങനെ അറിയാം.”

“കുതിരപ്പുറത്ത് സവാരി ചെയ്തു കൊണ്ടിരുന്ന താങ്കളുടെ സഞ്ചി താഴെ വീഴുന്നത് എന്റെ മകൻ കാണാൻ ഇടയായി. അവൻ അത് എന്റെ കയ്യിൽ തരികയും ചെയ്തു.”

“എന്നിട്ട് ആ സഞ്ചി ഇപ്പോൾ എവിടെ?” പ്രഭു തിരക്കി.

“അതു് അന്നുതന്നെ എന്റെ ഭാര്യ താങ്കളുടെ പരിചാരകന്റെ പക്കൽ നൽകുകയുണ്ടായി. അത് അങ്ങയ്ക്ക് കിട്ടിയില്ലെ?”.

“എന്ത്? എന്റെ പരിചാരകന്റെ കയ്യിൽ കൊടുത്തുവെന്നോ?”

“അതെ.”

“എനിക്ക് വളരെയധികം പരിചാരകരും സിൽബന്ധികളും ഉണ്ട്. ആരുടെ പക്കലാണ് കൊടുത്തത്? വാങ്ങിയ ആളിന്റെ പേരറിയാമോ?”

“ഇല്ല. എന്റെ ഭാര്യക്ക് അയാളുടെ പേര് അറിഞ്ഞുകൂടാ. പക്ഷേ അയാളെ കണ്ടാൽ അവൾക്ക് നിശ്ചയമായും തിരിച്ചറിയാൻ കഴിയും.”

പ്രഭു അല്പം ആലോചിച്ചു. ജോൺ പറഞ്ഞത് അവിശ്വസിക്കേണ്ട കാര്യമില്ലെന്ന് ബോദ്ധ്യമായി.

“ശരി, എനിക്ക് എല്ലാം മനസ്സിലാകുന്നുണ്ട്. ജോൺ, നീ നാളെ വൈകിട്ട് ഭാര്യയേയും കൂട്ടി എന്റെ ഭവനത്തിൽ ഒന്ന് വരാമോ?”

“വരാം സർ, ഞാനും നാൻസിയും നാളെ വൈകിട്ട് അവിടെ എത്തും”

അടുത്തദിവസം വൈകിട്ട് ജോണും ഭാര്യയും പ്രഭുവിന്റെ ഭവനത്തിൽ എത്തി. പക്ഷേ വീട്ടുകാവൽക്കാരൻ അവരെ അകത്തേക്കു കടത്തിവിട്ടില്ല. എന്നു മാത്രമല്ല അവരോടു തട്ടിക്കയറുകയും ചെയ്തു.

"ഇവിടെ ആർക്കും ഇപ്പോൾ പ്രവേശനമില്ല. അതുകൊണ്ട് എത്രയും വേഗം ഇവിടെനിന്നു പോയ്ക്കോ."

"കണ്ടോ. ഞാൻ പറഞ്ഞില്ലേ ഇവിടെ വന്നിട്ട് ഒരു കാര്യവുമില്ലെന്ന്. കഴിഞ്ഞ ദിവസവും ഇതുതന്നെയാ നടന്നത്. അങ്ങേരെ കാണാൻ ഇവരാരും സമ്മതിക്കത്തില്ല. വാ, നമുക്ക് പോകാം." നാൻസി ജോണിനോട് പറഞ്ഞു.

പക്ഷേ ജോൺ അത് കൂട്ടാക്കാതെ അവിടെ ഇരുന്നു.

"ഇന്ന് അദ്ദേഹത്തെ കണ്ടിട്ടേ നമ്മൾ വീട്ടിലേക്ക് മടങ്ങൂ" ജോൺ പറഞ്ഞു.

കുറച്ചു സമയത്തിനുശേഷം വീട്ടിൽ നിന്ന് വെളിയിലേക്ക് വന്ന പ്രഭു അവരെ കണ്ടു.

"ദാ, കുറച്ചുസമയമായി ഞാൻ നിങ്ങളെ പ്രതീക്ഷിച്ചിരിക്കുകയായിരുന്നു"

"ഞങ്ങൾ വന്നിട്ട് കുറെ നേരമായി." ജോൺ പറഞ്ഞു.

"വരൂ. അകത്തേക്ക് വരൂ." പ്രഭു അവരെ വീട്ടിനകത്തേക്ക് ക്ഷണിച്ചു. ഇരിക്കാൻ പറഞ്ഞു.

പിന്നീട് അദ്ദേഹം തന്റെ പ്രധാന പരിചാരകനെ വിളിച്ച് എല്ലാ പരിചാരകരും സിൽബന്ധികളും ഉടനെ അവിടെ വരാൻ പറഞ്ഞു. അല്പ നിമിഷങ്ങൾക്കകം അവരെല്ലാം അവിടെ എത്തി. പ്രഭു എല്ലാവരോടുമായി ചോദിച്ചു.

"ഈ സ്ത്രീ എന്റെ കളഞ്ഞുപോയ പണസഞ്ചി നിങ്ങളിൽ ഒരാളുടെ കൈയിൽ ഏൽപിക്കുകയുണ്ടായി. ആരാണ് അത് വാങ്ങിയത്?"

ആരും ഉത്തരം പറയുന്നില്ല എന്ന് കണ്ടപ്പോൾ നാൻസി ഒരാളുടെ നേർക്ക് വിരൽചൂണ്ടി പറഞ്ഞു.

"സാർ, ഞാൻ ഈ ആളിന്റെ കയ്യിലാണ് ആ പണസഞ്ചി കൊടുത്തത്

"വില്യം, എന്താണ് ഞാനീകേൾക്കുന്നത്. നീ പണസഞ്ചി കിട്ടിയ വിവരം എന്തുകൊണ്ടാണ് എന്നോട് പറയാതിരുന്നത് ?" വില്യം ഒന്നും പറയാതെ തലകുനിച്ച് നിന്നു.

പിന്നീട് അദ്ദേഹം ജോണിനോട് പറഞ്ഞു.

"ജോൺ, നിങ്ങളുടെ സത്യസന്ധതയെ ഞാൻ മാനിക്കുന്നു.

താങ്കൾ വീട്ടിലേക്ക് മടങ്ങിക്കൊള്ളുക. ഇന്നലെ നാം കണ്ടപ്പോൾ അതിനടുത്തുണ്ടായിരുന്ന ആ ചെറിയ കുടിലിലാണ് താങ്കൾ താമസിക്കുന്നത് എന്നല്ലെ പറഞ്ഞത്?"

"അതെ"

പ്രഭു ഇരുപത് സ്വർണ്ണനാണയങ്ങൾ ജോണിന്റെ കയ്യിൽ കൊടുത്തിട്ട് പറഞ്ഞു.

"ഇത് എന്റെ ഒരു ചെറിയ പാരിതോഷികം മാത്രം. ഇത് സ്വീകരിക്കണം." ജോൺ അല്പം മടിച്ചിട്ടാണെങ്കിലും ആ പാരിതോഷികം വാങ്ങി ഭാര്യയോടൊപ്പം വീട്ടിലേക്ക് മടങ്ങി. ഏതാണ്ട് ഒരു മാസത്തിനശേഷം പ്രഭു ഒരു ചെറിയ നല്ല സൗകര്യങ്ങളുള്ള വീട് ജോണിന്റെ കുടിലിനടുത്ത് പണിയിക്കുകയും അത് അവർക്ക് അദ്ദേഹത്തിന്റെ സമ്മാനമായി നൽകുകയും ചെയ്തു. ജോണും കുടുംബവും പിന്നീട് ആ വീട്ടിലാണ് സുഖമായി ജീവിച്ചത്.

ജോൺ തന്റെ ഇംഗ്ലണ്ടിലെ യജമാനനെ എപ്പോഴും ഓർക്കുമായിരുന്നു. അദ്ദേഹം തനിക്ക് വേതനമായി തന്നത് കേവലം സ്വർണ്ണനാണയങ്ങൾ മാത്രം ആയിരുന്നില്ലെന്നും മറിച്ച് വളരെ വിലപ്പെട്ട ഉപദേശങ്ങളും കൂടി ആയിരുന്നു എന്നും ജോൺ എന്നും സ്നേഹത്തോടെയും ബഹുമാനത്തോടെയും ഓർത്തു.

# എത്നാ എന്ന വധു

നമ്മുടെ നാട്ടിൽ ഗന്ധർവ്വന്മാരെയും ദേവയക്ഷികളെയും (Fairies) ബന്ധപ്പെടുത്തിയുള്ള ധാരാളം കഥകൾ പ്രചാരത്തിൽ ഉള്ള തുപോലെ പല യൂറോപ്യൻ നാടുകളിലും അത്തരം കഥകൾ സർവ്വ സാധാരണമാണ്. അക്കൂട്ടത്തിൽ അയർലണ്ടിൽ പ്രചാരത്തിലുള്ള ഒരു കഥയാണ് ഇത്. ഗന്ധർവ്വന്മാർക്ക് മനുഷ്യ സ്ത്രീകളുടെ സൗന്ദര്യം ആകർഷകമായി തോന്നിയിരുന്നു. അതിനാൽ മനുഷ്യസ്ത്രീകളുടെ സൗന്ദര്യത്തിൽ ആകൃഷ്ടരായ ഗന്ധർവ്വന്മാർ അവരെ സ്നേഹിക്കുക യും, അവരോട് നയപരമായി പെരുമാറുകയും തങ്ങളുടെ കൂടെകൂട്ടി ക്കൊണ്ട് പോകുകയും ചെയ്യുന്ന സന്ദർഭങ്ങൾ വിരളമായിരുന്നില്ല. അതുപോലെ തങ്ങളുടെ ആഗ്രഹമനുസരിച്ച് കൂടെ ചെല്ലാൻ വിസ മ്മതിക്കുന്ന ഇഷ്ടപ്പെട്ടവരെ വേണ്ടിവന്നാൽ ബലം പ്രയോഗിച്ചും ചിലപ്പോൾ തന്ത്രപൂർവ്വം പ്രലോഭിപ്പിച്ചും കൂട്ടിക്കൊണ്ട് പോകുന്നതും പതിവായിരുന്നു. അങ്ങനെ ഒരു സംഭവമാണ് ഈ കഥയിൽ ഉള്ളത്.

ഫിൻവാര എന്ന ഗന്ധർവ്വ രാജകുമാരൻ അങ്ങനെ മനുഷ്യസ്ത്രീ കളെ പ്രലോഭിപ്പിച്ച് തന്റെ കൂടെക്കൂട്ടിക്കൊണ്ടുപോകുന്നതിൽ വളരെ സമർത്ഥൻ ആയിരുന്നു. പല സുന്ദരികളെയും ആ ഗന്ധർവ്വകുമാരൻ കൂട്ടിക്കൊണ്ട് പോയിട്ടുണ്ട്. ഗന്ധർവ്വന്മാർ വശമുള്ള ചില പ്രത്യേക ശക്തികൾ ഉപയോഗിച്ച് അവർ നിർമ്മിക്കുന്ന മായാലോകം ഏവരെയും ഭ്രമിപ്പിക്കുന്നവ ആയിരുന്നു.

'ത്വാ' മിലെ 'നോക്മ' യിലുണ്ടായിരുന്ന ആരെയും അതിശയിപ്പിക്കു ന്ന കൊട്ടാരവും അത്തരത്തിലുള്ള ഒന്നായിരുന്നു. ആ കൊട്ടാരത്തിൽ പ്രവേശിക്കുന്ന ഏവരും അവിടുത്തെ മാസ്മര ശക്തിയുള്ള അന്തരീക്ഷ ത്തിൽ, അതീവ സുന്ദരങ്ങളായ കാഴ്ചകൾ കണ്ട്, മനസ്സിനെയാകെ കവരുന്ന സംഗീതത്തിൽ ലയിച്ച് മറ്റെല്ലാം മറന്ന് പോകുമായിരുന്നു. ആ നിമിഷങ്ങളിൽ ഭൂതകാല ഓർമകൾ എല്ലാം മനസ്സിൽ നിന്ന് മാഞ്ഞുപോകും. ആരും അവിടുത്തെ ശാന്തസുന്ദരമായ അലൗകിക

പ്രപഞ്ചത്തിൽ അലിഞ്ഞുചേരും. നിമിഷങ്ങൾ മണിക്കൂറുകളും, ദിവസങ്ങളും വർഷങ്ങളുമായി കടന്നുപോകുന്നത് അറിയുകയില്ല.

നാട്ടിലെ പ്രസിദ്ധനായ ഒരു രാജാവിന്റെ അതീവ സുന്ദരിയും ചെറുപ്പക്കാരിയും ആയ ഭാര്യയായിരുന്നു എത്നാ. രാജാവിന്റെ അഭിമാനമായിരുന്നു എത്നാ. അതുകൊണ്ടു തന്നെ മിക്കവാറും എല്ലാദിവസവും എത്നായുടെ പേരിൽ ആർഭാടമായ വിരുന്നുകൾ ഒരുക്കമായിരുന്നു. പലർക്കും തന്റെ സുന്ദരിയായ ഭാര്യയെ കാണാനും തന്നെ അഭിനന്ദിക്കാനും (ചിലപ്പോൾ ചിലർക്കെങ്കിലും അസൂയപ്പെടുവാനും) ഉള്ള സന്ദർഭങ്ങളായിരുന്നു അത്തരം വിരുന്നുകൾ. എന്നും അനവധി പ്രഭുക്കന്മാരുടെയും പ്രഭ്വികളുടെയും സന്ദർശനം ഉണ്ടാകും എപ്പോഴും നിറഞ്ഞുനിന്ന ശ്രവണസുന്ദരമായ സംഗീതം; നൃത്തം ചെയ്യുന്ന സുന്ദരികളുടെ ചിലങ്കശബ്ദം; സ്വാദേറിയ ഭക്ഷണവും ഉന്മാദവും ഉത്തേജനവും നൽകുന്ന വിവിധതരം വീഞ്ഞും.

അന്നൊരു ദിവസം കൊട്ടാരത്തിൽ നടന്ന അത്താഴവിരുന്നിൽ സന്തോഷവതിയായി നൃത്തം ചെയ്തുകൊണ്ടിരുന്ന എത്നാ പെട്ടെന്ന് തന്റെ ഭർത്താവിന്റെ കൈവിട്ട് അവശയായി നിലത്ത് ഇരുന്നു. എല്ലാവരും പരിഭ്രമിച്ചു. എത്നായ്ക്ക് എന്തുപറ്റി? എത്നാ തികച്ചും അവശയായി കാണപ്പെട്ടു. ക്രമേണ ബോധം നഷ്ടപ്പെട്ടു. പരിചാരികമാർ എത്നായെ കിടക്കമുറിയിലെ മെത്തയിൽ കിടത്തി. അടുത്ത പ്രഭാതത്തിൽ മാത്രമാണ് എത്നായ്ക്ക് ബോധം വീണ്ടുകിട്ടിയത്. ഒരു നീണ്ട ഉറക്കത്തിൽ നിന്ന് ഉണർന്നതുപോലെയാണ് അവർ ഉണർന്നത്. ക്രമേണ അബോധാവസ്ഥയിൽ നിന്ന് പൂർണമായും മുക്തയായി. പിന്നീട് എത്നാ പറഞ്ഞ കഥ ഒരു സ്വപ്ന ലോകത്തെക്കുറിച്ച് ആയിരുന്നു. തലേദിവസം രാത്രി താൻ ചിലവഴിച്ച സ്വപ്നസുന്ദരങ്ങളായ നിമിഷങ്ങളെക്കുറിച്ച് എത്നാ വാതോരാതെ സംസാരിച്ചു. തനിക്ക് വീണ്ടും അവിടെ പോകണമെന്ന ആഗ്രഹം വീണ്ടും വീണ്ടും പ്രകടിപ്പിച്ചു. ആ സുന്ദരലോകം എത്നാ-യെ തികച്ചും വശ്യപ്പെടുത്തിയിരുന്നു.

അന്നു മുഴുവൻ പരിചാരികമാർ എത്നായെ ശ്രദ്ധിച്ചു. ശുശ്രൂഷിച്ചു. പക്ഷേ സന്ധ്യ ആയപ്പോൾ എങ്ങുനിന്നോ മനം കവരുന്ന ഒരു നേരിയ സംഗീതം അവിടെയെങ്ങും കേൾക്കാൻ തുടങ്ങി. ക്രമേണ എത്നാ തലേ ദിവസത്തെപ്പോലെ അബോധാവസ്ഥയിലേക്ക് വഴുതി വീണു. എത്നായുടെ മുഖ്യ പരിചാരിക കൂട്ടിനായി കിടപ്പുമുറിയിൽ എത്നായോടൊപ്പം ആ രാത്രി കഴിക്കാൻ തീർച്ചയാക്കി. പക്ഷേ കുറച്ച് സമയത്തിനുള്ളിൽ അവരും ഗാഢനിദ്രയിലായി

അടുത്ത പ്രഭാതത്തിൽ, ഉണർന്ന പരിചാരിക തന്റെ യജമാനിയെ

മുറിയിലെങ്ങും കാണാതെ പരിഭ്രമിച്ചു. ഉടൻ തന്നെ വിവരം രാജാവിനെ അറിയിച്ചു. എല്ലാവരും എല്ലായിടത്തും തിരഞ്ഞു. പക്ഷേ എങ്ങും രാജ്ഞിയെ കണ്ടെത്താൻ കഴിഞ്ഞില്ല. രാജാവ് തന്റെ ഭൃത്യന്മാരെ എല്ലാ ദിക്കിലേക്കും അയച്ചു. പക്ഷേ ഒരു വിവരവും കിട്ടിയില്ല. എത്നാ എങ്ങനെ അപ്രത്യക്ഷപ്പെട്ടു? രാജാവ് ചിന്താധീനനായി. അസ്വസ്ഥനായി. പെട്ടെന്ന് ഒരു ദിവസം അദ്ദേഹം തന്റെ കുതിരപ്പുറത്ത് ആരോടും ഒന്നും പറയാതെ യാത്രയായി. എങ്ങോട്ടായിരുന്നെന്നല്ലേ. ഫിൻവാര എന്ന ഗന്ധർവ്വ രാജകുമാരൻ രാജാവിന്റെ സ്നേഹിതനായിരുന്നു. അതുകൊണ്ട് അദ്ദേഹത്തോട് അന്വേഷിച്ചാൽ എത്നായെ കണ്ടെത്താൻ എന്തെങ്കിലും വഴി ഉപദേശിക്കും എന്ന വിചാരത്തിലാണ് അദ്ദേഹം യാത്ര തിരിച്ചത്-നോക്മയിലേക്ക്. പക്ഷേ പാവം രാജാവ്, അദ്ദേഹത്തിന് സ്നേഹിതൻ ഫിൻവാര തന്നെയാണ് തന്റെ എതിരിയെന്ന് അശേഷം സംശയമില്ലായിരുന്നു. നോക്മയിലെ ഗന്ധർവ്വ നഗരത്തിന് വെളിയിൽ അല്പം വിശ്രമിക്കാനായി ഇരുന്ന രാജാവിന് യക്ഷികൾ തമ്മിലുള്ള സംസാരം ഒരശരീരിപോലെ കേൾക്കാൻ കഴിഞ്ഞു.

“ഫിൻവാര ഇപ്പോൾ വളരെയധികം സന്തോഷത്തിലാണ്. അദ്ദേഹത്തിന് ആഗ്രഹിച്ചതുപോലെ ലോകസുന്ദരിയെത്തന്നെ തന്റെ കൊട്ടാരത്തിലേക്ക് കൂട്ടിക്കൊണ്ടുവരാൻ കഴിഞ്ഞല്ലോ?”

“അതെയതെ. എത്നായുടെ ഭർത്താവ് ഇപ്പോൾ അവളെ അന്വേഷിച്ച് നടക്കുകയായിരിക്കും.”

“അന്വേഷിച്ചിട്ടെന്താ ഫലം? ഫിൻവാരയുടെ കൊട്ടാരത്തിൽ എത്തണമെങ്കിൽ ഈ കുന്നിന്റെ നടുവിൽനിന്ന് ഭൂമിയുടെ ഉള്ളിലേക്ക് വളരെ ആഴത്തിൽ കുഴിതോണ്ടണം. അതിന് അവളുടെ ഭർത്താവിന് കഴിയുമോ? എന്നുതന്നെയല്ല ഫിൻവാരക്ക് മനുഷ്യരെക്കാൾ കൂടിയ ശക്തിയും വക്രബുദ്ധിയും ഉണ്ടെന്നതും മറക്കണ്ട.”

ആ സംഭാഷണം കേട്ടപ്പോൾ മാത്രമാണ് ഫിൻവാര തന്നെ വഞ്ചിച്ചിരിക്കുന്നുവെന്ന് രാജാവിന് മനസ്സിലായത്. അദ്ദേഹം ഉടൻ തന്നെ സ്വന്തം കൊട്ടാരത്തിലേക്ക് മടങ്ങി. അദ്ദേഹം ഉടൻ തന്റെ നാട്ടിലെ എല്ലാ തൊഴിലാളികളെയും വിളിച്ചുവരുത്തി വിവരം പറഞ്ഞു. രാജാവിനോടും രാജ്ഞിയോടും സ്നേഹവും ബഹുമാനവും ഉണ്ടായിരുന്ന നാട്ടുകാർ കുന്നിന്റെ നടുവിൽ കുഴിയെടുക്കാൻ എല്ലാ സഹകരണവും നൽകാൻ തയ്യാറാകുകയും ഉടനെ തന്നെ ആ സ്ഥലത്ത് പോയി ജോലി ആരംഭിക്കുകയും ചെയ്തു. പക്ഷേ ഒരു പകൽ മുഴുവൻ ജോലി ചെയ്ത് രാത്രിയിൽ വിശ്രമിച്ചിട്ട് വീണ്ടും ജോലി തുടരാൻ അടുത്തദിവസം കാലത്ത് എത്തിയ അവർ കണ്ടത് ഒട്ടും

പ്രതീക്ഷിക്കാത്ത കാഴ്ചയാണ്. തലേദിവസം തോണ്ടിയ കുഴി മുഴുവൻ മണ്ണു നിറച്ച് ഒന്നും സംഭവിച്ചിട്ടില്ലാത്തതുപോലെ ഭദ്രമാക്കിയിരുന്നു. അത് എങ്ങനെ സംഭവിച്ചു എന്ന് അവർക്ക് മനസ്സിലായില്ല. എങ്കിലും നിരാശരാകാതെ അവർ അന്നും കുഴി തോണ്ടി. പക്ഷേ അടുത്ത പ്രഭാതത്തിലും തലേന്ന് സംഭവിച്ചത് തന്നെ ആവർത്തിച്ചു. ഏതായാലും നിരാശരാകാതെ അന്നും അവർ പണിയെടുത്തു. കൂടുതൽ ആളുകൾ ചേർന്ന് തലേന്ന് എടുത്തതിലും കൂടുതൽ ആഴത്തിലേക്ക് അന്ന് അവർ കുഴിച്ചു. അതിനിടയിൽ അശരീരിപോലെ ആ വാക്കുകൾ രാജാവ് കേട്ടു.

"ആ കുഴിയിൽ കുറെ ഉപ്പ് വിതറിയാൽ പിന്നെ ഫിൻവാരക്ക് കുഴി മൂടാൻ കഴിയുകയില്ല."

അതു കേട്ട രാജാവ്, തന്റെ തൊഴിലാളികളുമായി ആലോചിച്ച്. പണിനിർത്തി വിശ്രമത്തിനായി പോകുന്നതിന് മുൻപു നാടിന്റെ പലഭാഗങ്ങളിൽ നിന്നും ശേഖരിച്ച ഉപ്പ് കുഴിയിൽ വിതറി. അടുത്ത ദിവസം രാവിലെ ജോലിക്കുവന്ന തൊഴിലാളികൾക്ക് ആശ്വാസമായി. അവർ കുഴിച്ചകുഴി അതുപോലെയുണ്ട്. അവർ അന്നും അങ്ങനെ പല ദിവസങ്ങളും ജോലി തുടർന്നു. കുറച്ചു ദിവസങ്ങൾക്കുള്ളിൽ അവരുടെ കുഴിയിൽ നിന്നും തൊട്ടടുത്ത് ഫിൻവാരയുടെ കൊട്ടാരം കാണാനായി. അതുപോലെ കൊട്ടാരത്തിനുള്ളിലെ സംഭാഷണവും കേൾക്കാമെന്നായി.

ഒരു ഗന്ധർവ്വൻ മറ്റൊരാളോട് ചോദിച്ചു.

"സ്നേഹിതാ, ഇന്ന് ഫിൻവാര വളരെ ആശങ്കാകുലനായിട്ടുണ്ടല്ലോ?"

"അതെ ചങ്ങാതി, നീ കേട്ടില്ലേ? മനുഷ്യരാജാവും കൂട്ടരും ഈ കൊട്ടാരത്തിന് തൊട്ടടുത്ത് എത്തിയിരിക്കുന്നു. അവർ മൺവെട്ടി കൊണ്ട് പ്രഹരിച്ചാൽ ഈ കൊട്ടാരം ഗ്ലാസുടയുന്നതുപോലെ ഉടഞ്ഞ് ഇല്ലാതാകും."

"ഓ. അങ്ങനെയൊ?"

"അതെ ഫിൽ വാരക്ക് എത്നായെ വിട്ടയക്കുകയല്ലാതെ ഇനി ഒന്നും ചെയ്യാൻ കഴിയുകയില്ല."

അപ്പോഴാണ് തികച്ചും അപ്രതീക്ഷിതമായി ഫിൻവാരയുടെ ശബ്ദം കേട്ടത്. ഫിൻവാര പറഞ്ഞത് രാജാവും കേട്ടു.

"ഹേ, മനുഷ്യരെ, ഞാൻ നിങ്ങളുടെ രാജ്ഞി എത്നാ-യെ ഇവിടെ കൂട്ടിക്കൊണ്ടുവന്നു എന്ന് സമ്മതിക്കുന്നു. തെറ്റായിപ്പോയി. പക്ഷേ ഞാനിതാ പറയുന്നു. നിങ്ങൾ ആയുധങ്ങൾ ഉപേക്ഷിക്കുക. പണി

നിർത്തു. ഇന്ന് സന്ധ്യയോടെ നിങ്ങളുടെ രാജ്ഞി നിങ്ങൾക്കൊപ്പം എത്തുന്നതാണ്. സംശയിക്കേണ്ട."

അതുകേട്ട രാജാവ് തന്റെ ആൾക്കാരോട് ആലോചിച്ച് കൂടുതൽ പണിവേണ്ടെന്നും സന്ധ്യവരെ കാത്തിരിക്കാമെന്നും തീരുമാനിച്ചു.

കുറേശ്ശക്കുറേശ്ശ വെളിച്ചം മങ്ങിത്തുടങ്ങിയപ്പോൾ, ചെമ്മാനം കൂടുതൽ കൂടുതൽ ചുവന്നപ്പോൾ, ആ കൊട്ടാരത്തിൽ നിന്നും ഒരു വെള്ളിനക്ഷത്രം പോലെ എത്നാ സാവധാനം നടന്നിറങ്ങി വന്നു. ക്ഷീണിതയായിരുന്ന എത്നായെ രാജാവ് സ്വീകരിച്ച് കുതിരപ്പുറത്ത് ഇരുത്തി സ്വന്തം കൊട്ടാരത്തിലേക്ക് യാത്രയായി. അദ്ദേഹത്തിന്റെ ആളുകളും സന്തോഷത്തോടെ മടങ്ങി.

പക്ഷേ, തിരികെ കൊട്ടാരത്തിൽ എത്തിയ രാജാവും അദ്ദേഹത്തിന്റെ സ്നേഹിതരും മറ്റൊരു പ്രതിസന്ധിയാണ് അഭിമുഖീകരിക്കേണ്ടി വന്നത്. കൊട്ടാരത്തിലെ കിടക്കയിൽ എത്നാ ഗാഢനിദ്രയിൽ ആണ്ടു. വെറും നിദ്രയിൽ എന്ന് പറഞ്ഞാൽ ശരിയായിരിക്കുകയില്ല എത്നാ തികച്ചും അബോധാവസ്ഥയിൽ ആയിരുന്നു. ഏതാണ്ട് മരിച്ചതിന് തുല്യമായി. ആ അവസ്ഥ ദിവസങ്ങളോളം തുടർന്നു രാജാവ് തികച്ചും ദുഃഖിതനായി.

ഒരു രാത്രിയിൽ രാജാവ് വ്യാകുലചിത്തനായി തന്റെ കൊട്ടാരവാതിൽക്കൽ ഉലാത്തിക്കൊണ്ടിരുന്ന സമയം സന്തോഷം നൽകിയ ഒരശരീരി കേട്ടു. അത് രണ്ട് ഗന്ധർവ്വന്മാർ തമ്മിലുണ്ടായ ഒരു സംഭാഷണം ആയിരുന്നു.

"കണ്ടില്ലേ? ഫിൻവാരയിൽ നിന്ന് രാജ്ഞിയെ രക്ഷിച്ചുകൊണ്ടു വന്ന രാജാവിന്റെ അവസ്ഥ?"

"ഏ. എന്താ, എന്തു സംഭവിച്ചു?"

"അദ്ദേഹം വളരെ ദുഃഖിതനാണ്. അദ്ദേഹത്തിന്റെ ഭാര്യ ഇപ്പോഴും ജീവശ്ശവമായി കിടക്കുകയല്ലേ?"

"ഓ. എന്താണാവോ ആ പാവത്തിന് സംഭവിച്ചത്?"

"താങ്കൾക്കറിയില്ലേ? എത്നാ ഫിൻവാരയുടെ കൊട്ടാരത്തിൽ നമ്മുടെയൊപ്പം നമ്മുടെ ഭക്ഷണം കഴിച്ചു. ആ ഭക്ഷണം കഴിച്ചതു കൊണ്ട് അവർ മയക്കത്തിലാണ്. ഇനി ആ മയക്കത്തിൽ നിന്ന് മോചനം കിട്ടിയാൽ മാത്രമെ അവർക്ക് ഉണരാൻ കഴിയൂ."

"കഷ്ടം. എത്നാ"

"അതെ. അവരുടെ പാവം ഭർത്താവും."

"അപ്പോൾ അവർക്ക് ഇനിയും ഈ കഷ്ടപ്പാടിൽ നിന്ന് മോചനം

കിട്ടുകയില്ലേ"

"ഇല്ലെന്ന് പറയാൻ കഴിയുകയില്ല. പക്ഷേ, എത്നാ-യെ ബന്ധിച്ചിരിക്കുന്ന, മാന്ത്രിക കവചം എടുത്തുമാറ്റണം"

"എങ്ങനെ?"

" അവരുടെ വസ്ത്രത്തിന്റെ മേൽഭാഗം മാന്ത്രിക ശക്തിയുള്ള ഒരു നാടകൊണ്ട് ബന്ധിപ്പിച്ചിട്ടുണ്ട്. ഒരു നീണ്ട കൂർത്ത മുള്ള് ഉപയോഗിച്ചാണ് നാഡ ബന്ധിപ്പിച്ചിരിക്കുന്നത്. ആരെങ്കിലും ആ നാട എടുത്ത് എരിച്ചുകളയണം. കൂടാതെ ആ മുള്ള് ഭൂമിയിൽ കുഴിച്ചിടണം അങ്ങനെ ചെയ്താൽ എത്നാ യ്ക്ക് മാന്ത്രിക ബന്ധനത്തിൽ നിന്ന് മോചനം കിട്ടും."

അത്രയും കേട്ടതും രാജാവ് കിടപ്പുമുറിയിലേക്ക് ഓടി. താൻ കേട്ടതുപോലെ എത്നാ-യുടെ വസ്ത്രത്തിൽ ഒരു നാടയും മുള്ളും ഉണ്ടായിരുന്നു. അവ രണ്ടും രാജാവ് ശ്രദ്ധാപൂർവ്വം വേർപെടുത്തി. നാട തീവെച്ചു. മുള്ള് കൊട്ടാരത്തിന്റെ പിൻവശത്തെ ഉദ്യാനത്തിൽ കുഴിച്ചിട്ടു. തിരികെ കിടപ്പുമുറിയിൽ എത്തിയ അദ്ദേഹം കണ്ടത് സാവധാനം കണ്ണു തുറന്ന് എഴുനേൽക്കാൻ ശ്രമിക്കുന്ന എത്നാ -യെയാണ്. കുറേശ്ശക്കുറേശ്ശ എത്നാ പൂർവ്വസ്ഥിതിയിലേക്ക്, തികച്ചും ഉന്മേഷവും ഉണർവ്വുമുള്ള രാജ്ഞിയായി മാറി. പിന്നീട് അവർ രണ്ടുപേരും സന്തോഷത്തോടെ വളരെ നാളുകൾ ജീവിച്ചു.

## ജാമി ഫ്രീലും സുന്ദരിപ്പെണ്ണും

ഇതും അയർലണ്ടിൽ നിന്നുമുള്ള ഒരു യക്ഷിക്കഥയാണ്. പണ്ട് പണ്ട് നടന്ന ഒരു കഥ. ഫാനേ എന്ന ഗ്രാമത്തിലാണ് ജാമി ഫ്രീലും അയാളുടെ വിധവയായ അമ്മയും താമസിച്ചിരുന്നത്. ആ അമ്മയുടെ ഏക ആശ്രയം ജാമി മാത്രമായിരുന്നു. അവൻ കഷ്ടപ്പെട്ട് ജോലിചെയ്ത് അവർക്ക് രണ്ടു പേർക്കും സുഖമായി ജീവിക്കാനുള്ളത് ഉണ്ടാക്കി. വേതനം കിട്ടുമ്പോഴൊക്കെ അത് അമ്മയുടെ കൈയിൽ സന്തോഷത്തോടെ കൊടുക്കുമായിരുന്നു. അയൽപക്കക്കാർ പറയുമായിരുന്നു.

"ജാമി എത്ര നല്ല പയ്യനാണ്. കഠിനാദ്ധ്വാനി. പോരാത്തതിന് അവന് അവന്റെ അമ്മയോട് എത്ര സ്നേഹവും മര്യാദയുമാണ്."

അവർ താമസിച്ചിരുന്ന ഗ്രാമത്തിനടുത്ത് ഒരു വലിയ കൊട്ടാരം ഉണ്ടായിരുന്നു. വളരെയേറെ പഴക്കം ചെന്ന ആ കൊട്ടാരത്തിൽ താമസിച്ചിരുന്നവരെ ആ ഗ്രാമവാസികൾക്ക് കാണാൻ അധികം അവസരങ്ങൾ ഇല്ലായിരുന്നു. അതുകൊണ്ടു തന്നെ അവരെ അദൃശ്യ മനുഷ്യർ എന്നോ ദേവയക്ഷികളെന്നോ ഗന്ധർവ്വന്മാരെന്നോ ഒക്കെ അവർ വിളിച്ചിരുന്നു. എങ്കിലും അപൂർവ്വം ചില ദിവസങ്ങളിൽ, ഉദാഹരണത്തിന് മേളൗവ്, ഹാലോ വീൻ മുതലായ ദിവസങ്ങളിൽ, ആ കൊട്ടാരത്തിൽ ധാരാളം വിളക്കുകൾ പ്രകാശിക്കുന്നത് കാണാമായിരുന്നു. കൂടാതെ ഒരു ഉത്സവത്തിലെന്നതുപോലെ ഉറക്കെയുള്ള സംഗീതവും മറ്റും കേൾക്കുകയും ചെയ്യുമായിരുന്നു. എന്നിരുന്നാലും ഗ്രാമത്തിലുള്ള മനുഷ്യരാരുംതന്നെ ആ കൊട്ടാരത്തിലേക്ക് പോകുകയോ അവിടെ ജീവിക്കുന്നവരുമായി സമ്പർക്കം പുലർത്തുകയോ ചെയ്യുമായിരുന്നില്ല. എന്തുകൊണ്ടോ ഗ്രാമവാസികൾക്ക് ആ കൊട്ടാരത്തെക്കുറിച്ച് ഭയത്തോടുകൂടി മാത്രമേ ചിന്തിക്കാൻ കഴിഞ്ഞുള്ളൂ. ജാമിക്കും ആ കൊട്ടാരത്തെക്കുറിച്ച് അറിയാമായിരുന്നു. എങ്കിലും മനസ്സിൽ എന്നും നിറഞ്ഞിരുന്ന ഒരു ജിജ്ഞാസ. അവിടെ വസിക്കുന്നവർ എന്തു പ്രകൃതിക്കാരാണ്, അവർ അവിടെ എന്തുചെയ്യുന്നു? അറിയുവാനുള്ള

അടങ്ങാത്ത മോഹം എന്നും ജാമിയുടെ മനസ്സിൽ ഉണ്ടായിരുന്നു.

ആ വർഷവും ഹാലോവിൻനാളിൽ രാത്രിയിൽ ആ കൊട്ടാരത്തിൽ നിന്ന് ശബ്ദമധുരമായ സംഗീതവും ഉത്സാഹത്തിമിർപ്പിന്റെ ഒച്ചയും കേൾക്കാൻ ഇടയായി. ജനാലകളിൽക്കൂടി അകത്തെ പ്രകാശവും കാണാനായി. ജാമി അവന്റെ അമ്മയോട് പറഞ്ഞു.

“അമ്മേ, ഞാനാ കൊട്ടാരത്തിലേക്ക് പോകുന്നു. അവിടെ നടക്കുന്ന വിശേഷങ്ങൾ എന്തൊക്കെയാണെന്ന് ഒന്നറിയണമെല്ലോ”

“മോനേ, വേണ്ട. അവിടെ യക്ഷികളാണെന്ന് കേട്ടിട്ടുണ്ട്. അവിടെ പോകണ്ട. മോനെ. ഈ പാവപ്പെട്ട അമ്മയുടെ ഒറ്റ മോനല്ലേ നീ. നിന്നെ അവരെങ്ങാനും അപകടപ്പെടുത്തിയാൽ....”. ആ അമ്മ കരയാൻ തുടങ്ങി.

“ഒന്നും സംഭവിക്കുകയില്ലമ്മേ. ഞാൻ ഇതുപോലെതന്നെ തിരിച്ചുവരാം.” ജാമി മറ്റൊന്നും കേൾക്കാൻ നിൽക്കാതെ കൊട്ടാരത്തിലേക്ക് നടന്നു. അവൻ അവിടെ എത്തിയതും ഒരു ജന്നാലക്കരുകിൽ ചേർന്നുനിന്ന് അകത്തുനടക്കുന്നതു ശ്രദ്ധിച്ചു. ആ ഉത്സവം കാണേണ്ടതു തന്നെ ആയിരുന്നു. പ്രായമായവരും ചെറുപ്പക്കാരും കുട്ടികളും എല്ലാം ചേർന്ന് നൃത്തമാടുന്നു. പാട്ടുപാടുന്നു. അങ്ങനെ ആ കാഴ്ചകൾ നോക്കിനിന്ന അവൻ അകത്തുള്ളവർ അവനെ ശ്രദ്ധിക്കുന്നത് അറിഞ്ഞില്ല. അതുകൊണ്ട് പെട്ടന്നായിരുന്നു അതു സംഭവിച്ചത്. ആരോ ഒരാൾ അകത്തുനിന്ന് ജനാലയുടെ കതക് തുറന്ന് ശബ്ദത്തിൽ പറഞ്ഞു.

“ജാമി, സ്നേഹിതാ, എന്തിനാ നീ അവിടെ നിൽക്കുന്നത്? അകത്തുവാ. നിനക്ക് ഞങ്ങളുടെ സ്വാഗതം”

“സ്വാഗതം, സ്വാഗതം....” എല്ലാവരും ഏറ്റുപറഞ്ഞു.

മറ്റൊന്നും പറയുവാനോ അവരുടെ ക്ഷണം നിരസിക്കുവാനോ കഴിയാത്ത ആ അവസ്ഥയിൽ ജാമി അകത്തേക്ക് കയറി. അവനും മറ്റെല്ലാവരോടും ചേർന്ന് നൃത്തം ചവുട്ടുകയും പാട്ട് പാടുകയും ചെയ്തു. പെട്ടെന്നാണ് ആരോ പറഞ്ഞത്.

“ജാമി, സ്നേഹിതാ, ഞങ്ങൾ ഡബ്ലിൻ വരെ പോകുകയാണ്. നീയും ഞങ്ങളുടെ കൂടെ വരണം.”

“വരാം. പക്ഷേ എന്തിനാ? ഡബ്ലിൻ വളരെ ദൂരെയാണല്ലോ.”

“ദൂരെയാണ്. പക്ഷേ ഞങ്ങൾക്ക് വളരെ വേഗം സഞ്ചരിക്കാൻ കഴിയുന്ന കുതിരകളുണ്ട്. അതുകൊണ്ട് നീയും ഞങ്ങളുടെ കൂടെവാ. നല്ല രസമായിരിക്കും.”

“ശരി. ഞാൻ വരാം. എങ്കിലും നിങ്ങളെന്തിനാ ഇപ്പോൾ ഡബ്ളിനിലേക്ക് പോകുന്നത്.?”

“അത് ഒരു രഹസ്യമാ.”

“എന്തു രഹസ്യമാ. അവനും നമ്മുടെ കൂടെ വരാമെന്ന് സമ്മതിച്ചല്ലോ. പിന്നെന്തു രഹസ്യമാ.”

“അതെയതെ. അപ്പോൾ ജാമി. ഞങ്ങൾ പോകുന്നത് ഡബ്ളിനിൽ നിന്ന് സുന്ദരിയായ ഒരു പെൺകുട്ടിയെ തട്ടിക്കൊണ്ടുവരാനാ.”

“അതെ. നീയും കൂടി വന്നാൽ കാര്യങ്ങൾ കുറെക്കൂടി പ്രയാസമില്ലാതെ നടക്കും.”

“കൂട്ടരെ, കുതിരകൾ തയ്യാറായിരിക്കുന്നു വേഗം വാ. ജാമി നീയും വാ.”

എല്ലാരും കൊട്ടാരത്തിന്റെ മുൻവശത്ത് തയ്യാറായി നിന്നിരുന്ന കുതിരകളുടെ പുറത്ത് കയറി ജാമിയും. കുതിരകൾ ഓടുകയായിരുന്നില്ല. അവ ആകാശത്തേക്ക് ഉയർന്ന് അതിവേഗം പറക്കുകയായിരുന്നു. നിമിഷങ്ങൾക്കുള്ളിൽ അവർ ഡബ്ളിനിൽ എത്തി. ഡബ്ളിനിലെ സ്റ്റീഫൻ ഗ്രീൻ എന്ന സ്ഥലത്ത് ഒന്നാന്തരം ഒരു വീടിന് മുമ്പിലാണ് അവരെല്ലാം എത്തിച്ചേർന്നതെന്ന് അവരുടെ സംഭാഷണത്തിൽ നിന്ന് ജാമിക്ക് മനസ്സിലായി.

അവരെല്ലാവരും വീടിന്റെ പിൻഭാഗത്ത് ഒരു ജനാലക്കരികിൽ എത്തി. ശബ്ദമുണ്ടാക്കാതെ ജനാല തുറന്നു. മുറിക്കകത്തു കിടക്കയിൽ സുന്ദരിയായ ഒരു പെൺകുട്ടി ഉറങ്ങുന്നുണ്ടായിരുന്നു. അവരിൽ ഒരാൾ പെൺകുട്ടിയെ ലാഘവത്തോടെ തന്റെ കൈകളിൽ എടുത്തു. മറ്റൊരാൾ ഒരു വടി അവൾ കിടന്ന സ്ഥാനത്ത് വെച്ചു. അതിശയമെന്ന് പറയട്ടെ! വടി ആ പെൺ കുട്ടിയുടെ രൂപം കൈകൊണ്ടു. എല്ലാവരും മുറിക്ക് വെളിയിൽ വന്ന് കുതിരപ്പുറത്ത് കയറി മടക്കയാത്ര തിരിച്ചു. വഴിയിൽ ഓരോ ചെറിയ നഗരത്തിന്റെയോ ഗ്രാമത്തിന്റെയോ മുകളിൽ ക്കൂടി പറക്കുമ്പോൾ അവർ ഉച്ചത്തിൽ പറയുമായിരുന്നു, ‘നമ്മൾ ഇപ്പോൾ രത്മല്ലാൻ ഗ്രാമത്തിന് മുകളിൽ; ഇപ്പോൾ മിൽഫോർഡിന് മുകളിൽ; താംകേകയ്ക്കു മുകളിൽ’ കൂടാതെ ഇടക്കിടക്ക് പെൺകുട്ടിയെ ഒരാൾ മറ്റൊരാളുടെ കൈകളിലേക്ക് മാറ്റിക്കൊണ്ടും ഇരുന്നു.

അതെല്ലാം കണ്ട ജാമി തങ്ങൾ ഫാനോയ്ക്കു അടുത്താണെന്ന് മനസ്സിലാക്കിയപ്പോൾ മറ്റുള്ളവരോടായി പറഞ്ഞു.

“കൂട്ടരെ, നിങ്ങളെല്ലാവരും ഈ സുന്ദരിപ്പെണ്ണിനെ നിങ്ങളുടെ കൈകളിൽ മാറിമാറി എടുത്തു. ഇനി എനിക്കും ഒരവസരം തന്നുകൂടെ.”

“ശരിയാണ് ജാമി. ഇതാ നീയും ഈ സുന്ദരിയെ കുറച്ചുനേരം നിന്റെ കൈകളിൽ പിടിച്ചോ.” ഒരാൾ അവളെ ജാമിയുടെ നേർക്ക് നീട്ടിക്കൊണ്ട് പറഞ്ഞു.”

വളരെ പ്രയാസപ്പെട്ട് പറക്കുന്ന കുതിരയുടെ മുകളിൽ

ഇരുന്നുകൊണ്ടുതന്നെ ജാമി ആ സുന്ദരിയെ തന്റെ കൈകളിൽ ഏറ്റു വാങ്ങി. അവളെ ബലമായി തന്നോട് ചേർത്ത് പിടിച്ചു. കുതിരകൾ ഫാനെ ഗ്രാമത്തിന് മുകളിലെത്തി താഴേക്ക് ഇറങ്ങുന്നതിനിടയിൽ മറ്റാരും ശ്രദ്ധിക്കാതിരുന്ന ഒരു സന്ദർഭം നോക്കി ആ സുന്ദരിയെ ഇറുക്കി പിടിച്ചുകൊണ്ട് ജാമി കുതിരപ്പുറത്തുനിന്നും കുതിച്ചുചാടി അത് കണ്ടവർ,

"ജാമി, ജാമി, എന്ത് സംഭവിച്ചു?" എന്ന് പരിഭ്രമത്തോടെ വിളിച്ചു ചോദിച്ചു. എന്നു മാത്രമല്ല, ജാമിയുടെ കൈകളിലുണ്ടായിരുന്ന ആ സുന്ദരി മനുഷ്യരൂപം വെടിഞ്ഞ് മറ്റ് മൃഗങ്ങളുടെ രൂപം കൈക്കൊണ്ടു. ഒന്നിനു പിറകെ മറ്റൊന്നായി അവൾ മാറി. ആദ്യം പട്ടി, പിന്നെ പൂച്ച, പിന്നെ ആട്, അങ്ങനെ പലതും. പക്ഷേ ജാമി യാതൊരു കാരണവശാലും പിടിവിടാതെ അവളേയും കൊണ്ട് ഓടി. കഴിയുന്നത്ര വേഗം ഓടി. അല്പസമയത്തിന് ശേഷം അവൾ വീണ്ടും മനുഷ്യരൂപം കൈക്കൊണ്ടു. രണ്ടുപേരും ഒന്നിച്ച് ഓടാനും തുടങ്ങി.

കുതിരകൾ ഫാനേയിലുള്ള അവരുടെ കൊട്ടാരത്തിന്റെ മുമ്പിൽ ഇറങ്ങിയപ്പോഴേക്കും ജാമി തന്റെ വീട് ലക്ഷ്യമാക്കി ഓടുകയായിരുന്നു. അവൾ ഗന്ധർവ്വന്മാരുടെ കൊട്ടാരത്തിൽനിന്നും വളരെ ദൂരം പോയിക്കഴിഞ്ഞിരുന്നു. ജാമിയെ പിൻതുടരുന്നതിൽ കാര്യമില്ലെന്ന് അവർക്ക് മനസ്സിലായി. അവരെല്ലാവരും പുറകിൽനിന്ന് വിളിച്ച് ചോദിച്ചു.

"ജാമി, നീയെന്തിനാണ് ഞങ്ങളെ ഇങ്ങനെ പറ്റിച്ചത്? അത് ചതിയല്ലെ?" അവരിൽ ഒരുവൾ പറഞ്ഞു.

"അവൻ, ജാമി. പോകട്ടെ. അവൻ നമ്മളെ കബളിപ്പിച്ചു എന്നല്ലെ അവന്റെ വിചാരം. അവന് ആ സുന്ദരിയെ കിട്ടി. പക്ഷേ അതുകൊണ്ട് അവന് യാതൊരു ഗുണവും ഉണ്ടാവുകയില്ല."

"അതെന്തുകൊണ്ട്?" മറ്റൊരാൾ ചോദിച്ചു.

അപ്പോൾ ആ അദൃശ്യരുടെ കൂട്ടത്തിൽ ഒരാൾ ആക്രോശിച്ചു.

"ഇതാ നോക്കിക്കൊ. ഞാനിതാ അവളെ എന്റെ ശാപം കൊണ്ട് മൂകയും ബധിരയും ആക്കുന്നു."

അതിനുശേഷം അവരെല്ലാം ആ കൊട്ടാരത്തിലേക്ക് പോയി. കുതിരകൾ അപ്രത്യക്ഷമാകുകയും ചെയ്തു.

ജാമി ആ സുന്ദരിപ്പെണ്ണിനേയും പിടിച്ചു കൊണ്ട് കഴിയുന്നത്ര വേഗത്തിൽ ഓടി സ്വന്തം വീട്ടിലെത്തി കതകിന് മുട്ടി വിളിച്ചു.

"അമ്മേ, അമ്മേ." കതകു തുറന്ന അമ്മ ആകാംക്ഷയോടെ ചോദിച്ചു.

"എന്താ മകനെ? എന്തു സംഭവിച്ചു. ആ പ്രേതപിശാചുകൾ നിന്നെ വല്ലാതെ ഉപദ്രവിച്ചോ?"

"ഇല്ലമ്മേ, ഒന്നും സംഭവിച്ചില്ല. എന്നെ ആരും ഉപദ്രവിച്ചില്ല. മറിച്ച് ഞാനമ്മക്ക് ഒരൊന്നാന്തരം സമ്മാനം കൊണ്ടു വന്നിട്ടുണ്ട്."

ജാമി ആ സുന്ദരിയെ അമ്മയുടെ മുന്നിലേക്ക് വലിച്ച് നിർത്തിയിട്ട് പറഞ്ഞു.

"ദാ. അമ്മക്ക് കൂട്ടിനായി ഞാനിവളെ കൊണ്ടുവന്നിരിക്കുന്നു."

ആ അമ്മ അവളെ സൂക്ഷിച്ച് നോക്കി.

"മകളെ നിന്റെ പേരെന്താ?"

ഭയന്നുവിറച്ചുനിന്ന അവൾക്ക് ഒന്നും കേൾക്കാൻ കഴിഞ്ഞില്ല. അവൾ എന്തോ പറയാൻ ശ്രമിച്ചു. പക്ഷേ അതിനും കഴിഞ്ഞില്ല. അപ്പോഴാണ് ജാമിക്കും അവന്റെ അമ്മയ്ക്കും അവൾ മൂകയും ബധിരയും ആണെന്ന സത്യം മനസ്സിലായത്. അവൾക്കും.

അമ്മ ജാമിയോട് പറഞ്ഞു.

"മോനേ, ഈ പാവം കുട്ടി ആകപ്പാടെ ഭയന്നിരിക്കുന്നു. നീ ഇവളെ എവിടെ നിന്ന് കൂട്ടിക്കൊണ്ടുവന്നു? കാഴ്ചയിൽ ഇവൾ ഒരു വലിയ വീട്ടിലെ, ധാരാളം സമ്പത്തുള്ള വീട്ടിലെ കുട്ടിയേപ്പോലുണ്ടല്ലൊ?"

ജാമി നടന്നതെല്ലാം അമ്മയോട് വിശദമായി പറഞ്ഞു മനസ്സിലാക്കി. എല്ലാം കേട്ടതിനുശേഷം അമ്മ പറഞ്ഞു.

"മകനേ, ഒരു വലിയ വീട്ടിലെ സൗകര്യങ്ങളോടുകൂടി വളർന്ന ഈ പെൺകുട്ടിയെ നമ്മൾ എങ്ങനെ സംരക്ഷിക്കും?"

അവർ തുടർന്നു.

"ഇവൾക്ക് ഇഷ്ടപ്പെടുന്ന ആഹാരം, ചേരുന്ന വസ്ത്രങ്ങൾ, ഇവൾ പരിചയിച്ച ജീവിത സൗകര്യങ്ങൾ- ഇതെല്ലാം നമ്മൾ എങ്ങനെ കൊടുക്കും മകനേ?"

"അമ്മ വിഷമിക്കണ്ട. ഞാൻ നമുക്കുവേണ്ടി ജോലി ചെയ്യുന്നില്ലേ? അതുപോലെ നാളെ മുതൽ ഇവൾക്കുവേണ്ടിയും ജോലി ചെയ്യും."

അമ്മ അവളെ സ്നേഹത്തോടെ സ്വന്തം മകളെന്നതുപോലെ സംരക്ഷിച്ചു. തന്റെ നല്ല വസ്ത്രങ്ങൾ അവൾക്ക് നൽകി. തന്നാൽ കഴിയുന്നത്ര നല്ല സ്വാദുള്ള ആഹാരം നൽകാൻ അവർ ശ്രമിച്ചു. അവളും ആ സാഹചര്യങ്ങളോട് കഴിയുന്നത്ര ഇണങ്ങിച്ചേരാൻ ശ്രമിച്ചു. വീട്ടുജോലികൾ പരിചയിച്ചു. അമ്മയെ കഴിയുന്നത്ര സഹായിച്ചു. അങ്ങനെ ഏതാണ്ട് സന്തോഷമായിത്തന്നെ ദിവസങ്ങൾ കടന്നുപോയി.

അടുത്ത ഹാലോവിൻ ദിവസവും വന്നു. ആ അദൃശ്യരുടെ കൊട്ടാരത്തിൽ എല്ലാവർഷത്തെയും പോലെ ഉത്സവമേള തുടങ്ങി. അത് കണ്ട ജാമി പറഞ്ഞു.

"അമ്മേ, ഞാനവിടെ വരെ ഒന്ന് പോയിട്ടുവരാം."

"വേണ്ട, മോനേ, അവർ നിന്നെ ഉപദ്രവിക്കും."

"ഇല്ലമ്മേ. ഞാൻ സൂക്ഷിച്ചു കൊള്ളാം. അമ്മയുടെ മറുപടിക്ക്

കാത്തുനിൽക്കാതെ അവൻ യാത്രയായി. അവൻ അല്പം തുറന്നിരുന്ന ഒരു ജനാലക്കടുത്തുനിന്ന് അകത്തേക്ക് നോക്കി. അവിടെ നടക്കുന്ന കാര്യങ്ങൾ ശ്രദ്ധിച്ചു. അപ്പോഴാണ് ആ സംഭാഷണം കേൾക്കാൻ ഇടയായയത്.

“കഴിഞ്ഞവർഷം ഇതേദിവസമല്ലെ ജാമി ഫ്രീൽ നമ്മെ കബളിപ്പിച്ച് കടന്നുകളഞ്ഞത്?”

“അതേ.”

“എന്നിട്ട് അവനെന്താ പ്രത്യേകിച്ച് ഗുണം കിട്ടിയത്.?”

“ബധിരയും മൂകയുമായ ഒരു മണ്ടിപെണ്ണിനെ” അതുകേട്ട് എല്ലാവരും ശബ്ദമെടുത്ത് ചിരിച്ചു.

“എങ്കിലും അവൾ സുന്ദരിയായിരുന്നു.”

“ഞാനല്ലെ അവളെ മൂകയും ബധിരയും ആക്കിയത്? പക്ഷേ ഒരു കാര്യം. എന്റെ കൈയിലുള്ള ഈ കുപ്പിയിലെ ദ്രാവകം മൂന്ന് തുള്ളി അവളുടെ മുഖത്ത് തളിച്ചാൽ അവൾക്ക് നഷ്ടപ്പെട്ട കേൾവിയും, സംസാരശേഷിയും തിരിച്ചുകിട്ടുമെന്ന രഹസ്യം യാതൊരു കാരണവശാലും ആ ജാമി അറിയാൻ പാടില്ല.”

അത് ജാമിക്ക് അധികം സന്തോഷം നൽകിയ ഒരറിവായിരുന്നു. എങ്കിലും ആ കുപ്പി എങ്ങനെ കൈക്കലാക്കും? അവൻ ആലോചിച്ചു. കുറേനേരം ക്ഷമയോടെ കാത്തിരുന്ന അവൻ നല്ല സന്ദർഭം എന്ന് തോന്നിയ ഒരു മുഹൂർത്തത്തിൽ ജനാല തുറന്ന് മുറിയിലേക്ക് ഓടിക്കയറി ആ കുപ്പി തട്ടിയെടുത്തുകൊണ്ട് വെളിയിലേക്ക് ജീവനും കൊണ്ട് ഓടി. ഓടി ഓടി ക്ഷീണിച്ച് അവൻ വീട്ടിലെത്തി. പിൻതുടർന്നവർ കുറേ ദൂരം അവരെ തുരത്തിയെങ്കിലും പിടിക്കാനാകാതെ തിരിച്ചു പോയി.

ഓടിക്കിതച്ച് വീട്ടിലെത്തിയ ജാമിയോട് അമ്മ ആകാംക്ഷയോടെ ചോദിച്ചു.

“ജാമി, മോനേ, നിനക്കെന്തുസംഭവിച്ചു. നീ വല്ലാതെ അണയ്ക്കുന്നുണ്ടല്ലോ. നിനക്ക് വല്ല അപകടവും...”

അവളും ആകാംക്ഷയോടെ അമ്മയുടെ അടുത്തുതന്നെ ഉണ്ടായിരുന്നു.

“ഇല്ലമ്മേ, ഒന്നുമില്ല. മറിച്ച് നമുക്ക് സന്തോഷിക്കാനുള്ള വകയും ഉണ്ട്.”

അതുപറഞ്ഞ് അവൻ തന്റെ കയ്യിലുണ്ടായിരുന്ന കുപ്പി എടുത്തു. കുപ്പിയിലെ ദ്രവം കൂടുതലും തുളുമ്പിപ്പോയിരുന്നു. എന്നാലും മൂന്ന് തുള്ളികൾ വേണ്ടത് ഉണ്ടായിരുന്നു. അവൻ ആ ദ്രവം അവളുടെ മുഖത്തേക്ക് തളിച്ചുകൊണ്ട് പറഞ്ഞു.

“അമ്മേ, അമ്മ നോക്കിക്കൊ. ഇപ്പോൾ ഈ സുന്ദരി സംസാരിച്ച്

തുടങ്ങും. അവൾക്ക് ഇനി കേൾക്കാനും കഴിയും." പ്രതീക്ഷിച്ചതു പോലെ അവൾക്ക് സംസാരിക്കാൻ കഴിഞ്ഞു.

"അമ്മേ....."

"മോളെ. നിനക്ക് സംസാരിക്കാൻ കഴിഞ്ഞല്ലോ?"

"അതെയമ്മേ. എന്നോട് നിങ്ങൾ രണ്ടുപേരും കാണിച്ച സ്നേഹത്തിന് ഞാൻ എങ്ങനെ നന്ദിപറയും.?"

"ഒന്നും വേണ്ട. എനിക്ക് സന്തോഷമായി. എന്റെ മോനും. അല്ലേ മോനേ?"

"അതെയമ്മേ. എനിക്ക് വളരെ വളരെ സന്തോഷമായി."

അവർ ആ രാത്രി മുഴുവനും സംസാരിച്ച് ഇരുന്നു.

അവൾ ജാമിയോട് ഒരു കടലാസും പേനയും ആവശ്യപ്പെട്ടു. അവൾ ഡബ്ളിനിലുള്ള തന്റെ അച്ഛന് ഒരു കത്തെഴുതി. അന്നുതന്നെ ജാമി അത് തപാലിൽ അയക്കുകയും ചെയ്തു. പക്ഷേ ഒരാഴ്ച കഴിഞ്ഞിട്ടും മറുപടി കിട്ടിയില്ല. അവൾ വീണ്ടും ഒരു കത്തെഴുതി. അതിനും മറുപടി ലഭിച്ചില്ല. അതിനുശേഷം അവൾ ജാമിയോട് പറഞ്ഞു.

"എനിക്ക് ഡബ്ലിൻ വരെ പോകണം കഴിയുന്നത്ര വേഗം എനിക്ക് എന്റെ അച്ഛനേയും അമ്മയേയും കാണണം. നീ എന്റെ കൂടെ വരണം"

"ശരി. ഞാൻ വരാം. പക്ഷേ ഡബ്ലിൻ വളരെ ദൂരെയല്ലെ. അവിടെവരെ പോകാൻ ഒരു വണ്ടി എടുക്കാൻ പോലും എന്റെ കയ്യിൽ പണമില്ലല്ലോ?"

"അതൊന്നും സാരമില്ല. നീ എന്റെ കൂടെ വരികയാണെങ്കിൽ നമുക്ക് നടന്നും പോകാം."

"അത് വലിയ ബുദ്ധിമുട്ടല്ലെ?"

"സാരമില്ല. ഞാൻ നടന്നുകൊള്ളാം."

അങ്ങനെ അവർ ഡബ്ളിനിലേക്ക് യാത്ര തിരിച്ചു. ഇന്നുള്ളതു പോലെ നല്ല റോഡുകൾ ഉണ്ടായിരുന്നില്ല. യാത്ര ക്ലേശം നിറഞ്ഞതായിരുന്നു. എങ്കിലും ചില ദിവസങ്ങൾക്കുള്ളിൽ അവർ സ്റ്റേഫൻ ഗ്രീനിലുള്ള അവളുടെ വീട്ടുമുറ്റത്ത് എത്തി. അവൾ കതകിന് തട്ടി. വീട്ടിലെ വേലക്കാരനാണ് കതക് തുറന്നത്. അയാളോട് അവൾ പറഞ്ഞു.

"എന്റെ അച്ഛനോട് പറ, ഞാൻ വന്നിരിക്കുന്നുവെന്ന്."

"ഇവിടുത്തെ യജമാനന് മക്കളാരും ഇല്ലല്ലോ. ഒരു മകളുണ്ടായിരുന്നത് ഒരു വർഷം മുമ്പ് മരിച്ചുപോയി പിന്നെ...." അയാൾ സംശയദൃഷ്ടിയോടെ നോക്കി.

"സള്ളിവൻ, നിനക്ക് എന്നെ മനസ്സിലായില്ലേ?"

"ഇല്ല."

"ശരി. വീട്ടിലെ യജമാനനെ എനിക്കൊന്നു കാണണം.

അദ്ദേഹത്തെ വിവരം അറിയിക്കുക."

"ശരി"

രണ്ടു മൂന്ന് നിമിഷങ്ങൾക്കു ശേഷം അവളുടെ അച്ഛൻ കതക് തുറന്നു.

"അച്ഛാ" അവൾ ചോദിച്ചു "അച്ഛന് എന്നെ മനസ്സിലായില്ലേ?"

"നിനക്ക് എങ്ങനെ എന്നെ അച്ഛാ എന്ന് വിളിക്കാൻ കഴിയും? എന്റെ ഏക മകൾ മരിച്ചിട്ട് ഒരു വർഷം കഴിഞ്ഞു. പിന്നെ നീ എങ്ങനെ എന്റെ മകളാകും.

"അച്ഛാ, എന്റെ മുഖത്ത് സൂക്ഷിച്ചു നോക്കിയാലും. അച്ഛന് ഈ മകളെ തിരിച്ചറിയാൻ കഴിയും."

"ഇല്ല. എന്റെ മകൾ മരിച്ചുപോയി" അദ്ദേഹം സങ്കടത്തോടെ ആവർത്തിച്ചു..

"അച്ഛൻ എന്റെ വിരലിൽ കിടക്കുന്ന ഈ മോതിരം നോക്കു. ഇതിൽ അച്ഛന്റെ പേരും കൊത്തിയിട്ടുണ്ടല്ലോ."

അദ്ദേഹം മോതിരം നോക്കിയിട്ട് പറഞ്ഞു.

"ശരിയാണ്. ഈ മോതിരം ഞാനോർക്കുന്നു. ഇതെങ്ങനെ നിന്റെ കയ്യിൽവന്നു? എന്റെ മകൾ മരിച്ചു പോയല്ലോ?"

അവൾ കൂടുതൽ നിർബന്ധിച്ച് പറഞ്ഞു.

"എന്റെ അമ്മയെ വിളിക്കു. അമ്മക്ക് എന്നെ മറക്കാനാകില്ല. തീർച്ച"

സംസാരം കേട്ട് അവളുടെ അമ്മയും അവിടെ എത്തി.

"അമ്മേ. നോക്കു. അമ്മേ. അമ്മക്ക് എന്നെ മനസ്സിലാക്കാൻ കഴിയുന്നില്ലേ? ഇതാ നോക്കു. എന്റെ കഴുത്തിലുള്ള ഈ മറുക് നോക്കു."

"ശരിയാണ്. ഇതെന്റെ ഗ്രേസ് മകളുടെ കഴുത്തിലെ മറുകുപോലെ തന്നെ. അതേ. ഇവൾ എന്റെ ഗ്രേസുതന്നെ. സംശയമില്ല... പക്ഷേ എന്റെ മകളുടെ ശരീരം ശവപ്പെട്ടിയിൽ കിടത്തി അടക്കം ചെയ്യുന്നത് ഞാൻ കണ്ടല്ലോ."

ആ അമ്മ ദുഃഖം അടക്കാനാവാതെ വിതുമ്പി.

ആ സമയത്ത്, നടന്ന കാര്യങ്ങളെല്ലാം ജാമി വിശദമായി അച്ഛനോടും അമ്മയോടും പറഞ്ഞു. ആ കഥകൾ അവർക്ക് തൃപ്തികരമായി. അവർ സ്വന്തം മകളെ തിരികെ കിട്ടിയതിൽ അതീവ സന്തുഷ്ടരായി. അവർ ജാമിയേയും മകളോടൊപ്പം സ്നേഹത്തോടെ വീട്ടിലേക്ക് കൂട്ടിക്കൊണ്ടുപോയി.

രണ്ടു മൂന്ന് ദിവസത്തെ താമസത്തിനു ശേഷം ജാമി പറഞ്ഞു.

"ഇനി ഞാൻ മടങ്ങിപോകട്ടെ. എന്റെ അമ്മ തനിച്ചാണ്." അമ്മയും അച്ഛനും ജാമിയെ തിരികെ അയക്കാനുള്ള ഒരുക്കങ്ങൾ ആരംഭിച്ചു. അവനും അവന്റെ അമ്മയ്ക്കും കൊടുക്കേണ്ട സ്നേഹോപഹാരങ്ങൾ;

സുഖമായ മടക്കയാത്രക്കുള്ള ഏർപ്പാടുകൾ; എല്ലാം ഒരുക്കാനുള്ള ബന്ധപ്പാടിലായിരുന്നു അവർ.

അപ്പോഴാണ് ഗ്രേസ് അവരോട് പറഞ്ഞത്.

"അച്ഛാ. അമ്മേ, ജാമിയും അമ്മയും എത്ര സ്നേഹത്തോടെയാണ് എന്നെ നോക്കിയത്. ജാമിയാണ് ജീവൻ പണയപ്പെടുത്തി എന്നെ ആ യക്ഷികളിൽ നിന്നും രക്ഷപ്പെടുത്തിയത്. എനിക്ക് ജാമിയെ വളരെ ഇഷ്ടമാണ്. ജാമി തിരികെ പോകുകയാണെങ്കിൽ ഞാനും അവനോടൊപ്പം ഫാനയിലേക്ക് തിരികെ പോകും." മകളെ തിരികെ അയക്കാൻ അവർക്ക് അശേഷം ഇഷ്ടമില്ലായിരുന്നു. അവർ ജാമിയുമായി സംസാരിച്ചു. ജാമിയോട് ചോദിച്ചു.

"ജാമീ. എന്തുകൊണ്ട് നീയും ഇവിടെ ഞങ്ങളോടൊപ്പം താമസിച്ചുകൂടാ; ഞങ്ങളുടെ ഇഷ്ടപ്പെട്ട മരുമകനായി?"

ജാമിക്കും ആ അഭിപ്രായം സ്വീകാര്യമായിരുന്നു. പക്ഷേ അവൻ അമ്മയെ ഓർത്തു. ഗ്രേസിന്റെ മാതാപിതാക്കൾ ഉടൻ തന്നെ ജാമിയുടെ അമ്മയെ കൂട്ടിക്കൊണ്ടുവരാൻ ഒരു കുതിര വണ്ടി ഡബ്ളിനിലേക്ക് അയച്ചു.

പിന്നീട് വളരെക്കാലം അവരഞ്ചുപേരും വളരെ സന്തോഷത്തോടെ അവിടെ താമസിച്ചു.

# ആഷേ പെൽറ്റ്

എന്റെ അമ്മൂമ്മ പറയാറുണ്ടായിരുന്നു, 'പണ്ടു പണ്ട്, അവരുടെ ചെറുപ്പകാലത്ത് പെണ്ണാടുകൾ അമ്മമാരായി ജന്മം എടു ക്കാറുണ്ടായിരുന്നു എന്ന്; മാത്രമല്ല അങ്ങനെ ആരുടെയെങ്കിലും അമ്മയായി പുനർജനിക്കുന്നത് കറുത്ത പെണ്ണാടാണെങ്കിൽ അത് മക്കൾക്ക് വളരെ ഭാഗ്യം നൽകുന്നതായിരിക്കുമെന്നും? ആ കാലത്ത് ഐറിഷ് ജനതയുടെ ഇടയിൽ പ്രചാരത്തിലുണ്ടായിരുന്ന ഒരു വിശ്വാസമായിരുന്നു അത്. ആഷേപെൽറ്റ് എന്ന പെൺകുട്ടി ആ വിശ്വാസം ശരിയാണെന്ന് മടികൂടാതെ ഈ കഥയിൽക്കൂടി നിങ്ങളോട് പറയുന്നു.

പെൽറ്റിന്റെ അച്ഛൻ അമ്മയുടെ മരണത്തിനുശേഷം വീണ്ടും വിവാഹം കഴിച്ചു. പെൽറ്റിന് അത് വളരെയധികം സങ്കടവും ദുഃഖവും പകർന്നു. പലപ്പോഴും പെൽറ്റ് ഒറ്റയ്ക്കിരുന്ന് തന്റെ ദുർഗതിയോർത്ത് കരയുമായിരുന്നു.

ചിറ്റമ്മയ്ക്ക് അവളെ അശേഷം ഇഷ്ടമല്ലായിരുന്നു. അച്ഛനും യാതൊരു വിധ ആശ്വാസവും നൽകിയില്ല. എന്നുമാത്രമല്ല അച്ഛന് ചിറ്റമ്മയിൽ ജനിച്ച തന്റെ രണ്ട് സഹോദരിമാരും പെൽറ്റിനോടു വളരെ ക്രൂരമായി പെരുമാറുന്നത് പതിവായിരുന്നു.

അങ്ങനെ അവൾ ദുഃഖിതയായി കരഞ്ഞുകൊണ്ടിരുന്നു. ആ ദിവസം ആ അത്ഭുതം സംഭവിച്ചു. മുമ്പിലുണ്ടായിരുന്ന കൃഷിഭൂമിയുടെ ഒരു കോണിൽ കിടന്നിരുന്ന പാറക്കല്ലിനടുത്തുനിന്ന് ഒരു കറുത്ത പെണ്ണാട് അവൾക്ക് പ്രത്യക്ഷപ്പെട്ടു. പെണ്ണാട് പെൽറ്റിന്റെ അടുക്കൽ വന്നു പറഞ്ഞു.

"മോള് വിഷമിക്കേണ്ട. മോളുടെ ആഗ്രഹം പോലെ എല്ലാം നടക്കും."

പെൽറ്റ് ആ പെണ്ണാട് പറഞ്ഞതെല്ലാം ശ്രദ്ധിച്ചു കേട്ടു.

“മോള് ആ കല്ല് കിടക്കുന്നയിടത്ത് നോക്കിയാൽ അതിനടുത്ത് ഒരു തുണ്ടുകമ്പി കാണും. അതെടുത്ത് ആ പാറക്കല്ലിൽ മൂന്നുപ്രാവശ്യം അടിക്കണം. അപ്പോൾ മോളുടെ മനസ്സിൽ എന്താഗ്രഹമാണോ ഉള്ളത്, അത് സാധ്യമാകും”

പെൽറ്റ് സാവധാനം നടന്ന് ആ കല്ലിനരികിൽ ചെന്ന് അവിടെക്കിടന്ന കമ്പിത്തുണ്ട് എടുത്ത് കല്ലിൽ മൂന്നുപ്രാവശ്യം അടിച്ചു. അങ്ങനെ അടിക്കുമ്പോൾ അവളുടെ മനസ്സിലെ ആഗ്രഹങ്ങൾ എന്തൊക്കെയായിരുന്നു?

തന്റെ സഹോദരിമാർ അവളെ എപ്പോഴും മൂശേട്ട, വർക്കത്തില്ലാത്തവൾ, മൂധേവി, വിരൂപി, ശകുനം കെട്ടവൾ എന്നെല്ലാം ഭർത്സിക്കാറുണ്ടായിരുന്നു. പക്ഷേ, ചിലപ്പോളെങ്കിലും കണ്ണാടിയിൽ മുഖം നോക്കാൻ സൗകര്യം കിട്ടിയപ്പോൾ അവൾക്ക് മനസ്സിലായ ഒരു സത്യം, അവൾ, അവർ പറയാറുള്ളതുപോലെ അത്ര വിരൂപി ആയിരുന്നില്ല എന്നതാണ്. ശരിക്കും അവൾ ഒരു സുന്ദരിയായിരുന്നു.

അന്ന് അടുത്ത പള്ളിയിൽ ഒരു പ്രധാനപ്പെട്ട വിരുന്നുസൽക്കാരം നടക്കുന്നുണ്ടായിരുന്നു. ആ ചെറിയ രാജ്യത്തിലെ രാജകുമാരൻ പങ്കെടുക്കുന്ന വിരുന്ന് സൽക്കാരസമയത്തു രാജകുമാരൻ തനിക്ക് അനുയോജ്യയായ ഒരു വധുവിനെ തിരഞ്ഞെടുക്കുമെന്ന അറിയിപ്പും ഉണ്ടായിരുന്നു. അതുകൊണ്ട് രാജ്യത്തെ പ്രായപൂർത്തിയായ എല്ലാ യുവതികളേയും വിരുന്നിന് ക്ഷണിച്ചിരുന്നു. എങ്കിലും തനിക്ക് അതിന് അവസരം ലഭിച്ചില്ല. സഹോദരിമാർ അവളെ അടുക്കളയിൽ തള്ളിവിട്ട്, ‘ഞങ്ങൾ തിരികെ വരുമ്പോൾ ഭക്ഷണം തയ്യാറായിരിക്കണം’ എന്നു പറഞ്ഞ് യാത്രയായി. അതെല്ലാം ഓർത്ത് അവൾ തികച്ചും ദുഃഖിതയായി ഇരിക്കുമ്പോളാണ് ആ പെണ്ണാട് അവളുടെ മുമ്പിൽ പ്രത്യക്ഷമായത്.

ന്യായമായും അവളുടെ ആഗ്രഹങ്ങളിൽ ഏറ്റവും പ്രധാനപ്പെട്ടത് അന്നത്തെ വിരുന്നു സൽക്കാരത്തിൽ പങ്കെടുക്കണം എന്നതായിരുന്നു. അതിന് യോജിച്ച വസ്ത്രങ്ങൾ വേണം; ചെരിപ്പുകൾ വേണം; അവിടെ സമയത്ത് എത്തിച്ചേരാൻ കഴിയണം; അങ്ങനെ പലതും. തികച്ചും അതിശയം എന്ന് പറയട്ടെ, അവൾ ആ കല്ലിൽ അടിച്ചതും അവളുടെ മുമ്പിൽ പ്രത്യക്ഷപ്പെട്ടത് അവൾക്ക് പാകമാകുന്ന വിശേഷപ്പെട്ട വസ്ത്രങ്ങളും, കാലിൽ അണിയാൻ പട്ടുകൊണ്ട് തയ്യാറാക്കിയ ചെരുപ്പുകളും, യാത്ര ചെയ്യാൻ ഭംഗിയുള്ള കുതിരയും, അങ്ങനെ അവൾ ആഗ്രഹിച്ചതെല്ലാം. അവൾ ഉടൻ തന്നെ, വസ്ത്രങ്ങളും ആഭരണങ്ങളുമെല്ലാം ധരിച്ചു. കുതിരപ്പുറത്ത് കയറി. അപ്പോൾ പെണ്ണാട് പറഞ്ഞു.

"ഒരു കാര്യമാത്രം നീ ശ്രദ്ധിക്കണം പന്ത്രണ്ടു മണിക്ക് മുൻപ് നീ തിരികെ പോരണം. അല്ലെങ്കിൽ ആപത്ത് ഉണ്ടാകും."

"ശരി. അങ്ങനെയാകട്ടെ."

നിമിഷനേരം കൊണ്ട് കുതിര അവളെ വിരുന്ന് നടക്കുന്ന പള്ളിയിൽ എത്തിച്ചു. അവിടെ കൂടിയിരുന്നവരെല്ലാം അവളെ ശ്രദ്ധിച്ചു. അവരുടെ മധ്യത്തിൽ അവളായിരുന്നു എല്ലാവരേയും ഒരുപോലെ ആകർഷിച്ച ഏറ്റവും സുന്ദരിയായ കന്യക. രാജകുമാരനും അവളെ വളരെയധികം ഇഷ്ടപ്പെട്ടു.

പക്ഷേ സമയം ഏതാണ്ട് പന്ത്രണ്ടിനടുത്തെത്തിയപ്പോൾ അവൾ ധൃതിയിൽ കുതിരപ്പുറത്ത് ചാടിക്കയറി സ്ഥലം വിട്ടു. ആരോടും യാത്ര പറയാൻ പോലും അവൾ ശ്രദ്ധിച്ചില്ല. ആ പരിഭ്രമത്തിനിടയിൽ അവളുടെ ഒരു കാലിലെ ചെരുപ്പ് താഴെവീണുപോയത് രാജകുമാരൻ ശ്രദ്ധിച്ചു. അദ്ദേഹം അത് കൈയിലെടുത്തുകൊണ്ട് എല്ലാവരും കേൾക്കാനായി പറഞ്ഞു.

"ഈ ചെരുപ്പിന്റെ ഉടമസ്ഥ എനിക്ക് ഏറ്റവും പ്രിയപ്പെട്ടവളാണ്. അവളെയായിരിക്കും ഞാൻ വിവാഹം കഴിക്കുന്നത്. അതുകൊണ്ട് നാളെ മുതൽ ഈ പെൺകുട്ടിയെ തേടിപ്പിടിക്കുവാൻ ഞാൻ ശ്രമിക്കുന്നതാണ്. നിങ്ങളുടെയെല്ലാവരുടേയും സഹകരണം ഞാൻ അഭ്യർത്ഥിക്കുന്നു. രാജകുമാരൻ അടുത്ത ദിവസം മുതൽ വീട്ടുവീടായി അന്വേഷിക്കാൻ തുടങ്ങി. ഓരോ വീട്ടിലുമുള്ള ചെറുപ്പക്കാരികളെ വിളിച്ച് ആ ചെരുപ്പ് അവരുടെ ആരുടെയെങ്കിലുമാണോ എന്ന് തിരക്കി. ആണെന്ന് അവകാശപ്പെട്ടവരോട് അത് കാലിൽ ധരിച്ച് കാണിക്കാൻ ആവശ്യപ്പെട്ടു.

അങ്ങനെ ഒരു ദിവസം രാജകുമാരൻ ആഷേ പെൽറ്റിന്റെ വീടും സന്ദർശിച്ചു. പെൽറ്റിന്റെ രണ്ട് സഹോദരിമാരും ചെരുപ്പ കാലിൽ ഇടാൻ ശ്രമിച്ചുവെങ്കിലും കഴിഞ്ഞില്ല രാജകുമാരൻ ചോദിച്ചു.

"ഈ വീട്ടിൽ മറ്റ് ചെറുപ്പക്കാർ ആരെങ്കിലുമുണ്ടോ?"

"ഇല്ല"

ഈ സമയം അവർ പെൽറ്റിനെ അവരുടെ ഗോശാലയിൽ പൂട്ടിയിട്ടിരിക്കുകയായിരുന്നു. രാജകുമാരനും ഭൃത്യരും നിരാശരായി മടങ്ങും സമയത്ത് അടുത്തുള്ള വയലിൽ നിന്നു കൊണ്ട് ആ പെണ്ണാട് പറഞ്ഞു.

"രാജകുമാരാ. താങ്കൾ തേടുന്ന കനി ഇവിടുത്തെ ഗോശാലയിൽ ബന്ധനസ്ഥ ആണെന്നറിഞ്ഞാലും."

അതുകേട്ട രാജകുമാരൻ ഉടൻ തന്നെ അടുത്തുള്ള

പശ്ശുത്തൊഴുത്തിൽ എത്തി. അവിടെ പെൽറ്റ് പശ്ശുക്കളെ ശുശ്രൂഷിച്ചു കൊണ്ട് നിൽക്കുന്നുണ്ടായിരുന്നു. അവളെ കണ്ട ഉടൻതന്നെ അവളായിരുന്നു വിരുന്നിന് പങ്കെടുത്ത, താൻ അന്വേഷിക്കുന്ന പെൺകുട്ടി എന്ന് കുമാരന് മനസ്സിലായി. അവൾക്ക് കുമാരന്റെ കയ്യിലുണ്ടായിരുന്ന ചെരുപ്പ് കൃത്യമായി ചേരുകയും ചെയ്തു. രാജകുമാരൻ അവളെ സ്വന്തം കൊട്ടാരത്തിലേക്ക് കൂട്ടിക്കൊണ്ടു പോരുകയും അധികം താമസിയാതെ വിവാഹം കഴിക്കുകയും ചെയ്തു. അവർ രണ്ടുപേരും വളരെക്കാലം സന്തോഷത്തോടെ ജീവിച്ചു.

ഈ കഥ വായിച്ചപ്പോൾ നിങ്ങൾക്ക് സുപരിചിതമായ മറ്റൊരു കഥ ഓർമ്മ വന്നില്ലേ? സിൻഡ്രലയുടെ കഥ. ലോകമൊട്ടുക്കം പ്രചാരത്തിലുള്ള നാടോടിക്കഥയാണ് സിൻഡ്രലയുടേത്. പക്ഷേ ഓരോ സ്ഥലത്തും ചില പാഠഭേദങ്ങളോടെയാവും കഥ പ്രചാരത്തിലുള്ളത് എന്നു മാത്രം. ചിലപ്പോൾ ഒരേ സ്ഥലത്ത്, ഒരേ ഭാഷയിൽ ഒന്നിൽക്കൂടുതൽ പാഠഭേദങ്ങളോടെ ഈ കഥ കേൾക്കാൻ കഴിഞ്ഞു എന്നും വരാം. പക്ഷേ എല്ലാ പാഠഭേദങ്ങളിലും കഥാതന്തു ഒന്നുതന്നെ ആയിരിക്കും. ക്രൂരതകൾ അനുഭവിക്കേണ്ടിവന്ന ഒരു പെൺകുട്ടിയും ആകസ്മികമായി അവൾക്ക് കിട്ടിയ ഭാഗ്യവും ആണ് കഥയുടെ ബീജം. ഈ കഥയുടെ പല പാഠഭേദങ്ങളും അയർലണ്ടിൽ തന്നെ ആഷാ പെൽറ്റ് എന്ന പേരിൽ പ്രചാരത്തിൽ ഉണ്ട്.

# കരിമ്പൂച്ച

കരിമ്പൂച്ച എവിടെയും മനസ്സിൽ ഭീതി നൽകുന്ന ഒരു ജന്തുവായിട്ടാണ് ചിത്രീകരിക്കപ്പെടുന്നത്. നാം യാത്രചെയ്യുന്ന പാതയിൽ കുറുകെ പോകുന്ന കരിമ്പൂച്ച ഭീതിയുളവാക്കുന്ന ഒരു ശകുനമാണ് ഇതൊക്കെ ശരിയാണോ എന്ന് ചോദിച്ചാൽ മറ്റ് പല അന്ധവിശ്വാസങ്ങളേയും പോലെ ഇതും യാതൊരു ന്യായീകരണങ്ങളും ഇല്ലാത്ത ഒരന്ധവിശ്വാസമാണെന്ന് സമ്മതിക്കേണ്ടിവരും. എങ്കിലും അത്തരം പല വിശ്വാസങ്ങളെയും ആധാരമാക്കിക്കൊണ്ടുള്ള അനേകം കഥകളും കിംവദന്തികളും ലോകമൊട്ടുക്കും പ്രചാരത്തിലുണ്ട്. അക്കൂട്ടത്തിൽ കരിമ്പൂച്ചകളെ കേന്ദ്രീകരിച്ചുകൊണ്ടുള്ള കഥകളും വിരളമല്ല. അയർലണ്ടിലും കരിമ്പൂച്ചകൾ പണ്ടുമുതൽക്കെ അത്തരം കഥകളിൽ സ്ഥാനം പിടിച്ചിരുന്നു.

ഇങ്ങനെയൊക്കെ ആണെങ്കിലും പൂച്ചകളുടെ രാജാവിന് മൃഗങ്ങളുടെ സമൂഹത്തിൽ ഒരു വലിയ സ്ഥാനംതന്നെയുണ്ട്. നമ്മുടെ വീടുകളിൽ അത് അത്രവലിയ പ്രാധാന്യമൊന്നും കിട്ടാത്ത, വലിയ പദവികൾക്ക് അർഹനായ ഒന്ന് എന്ന അംഗീകാരം കിട്ടാത്ത, ഏതോ മൂലയിൽ ഒളിച്ചും പതുങ്ങിയും ജീവിക്കുന്ന ഒരു ജന്തു എന്നാണ് പലപ്പോഴും കരുതുന്നത്. അല്ലേ? പക്ഷേ അതിനെ അല്പം വേദനിപ്പിച്ച് നോക്കൂ; പ്രത്യേകിച്ചും അതിന്റെ ചെവിയിൽ ഒന്ന് നുള്ളി നോക്കൂ .അപ്പോൾ കാണാം അതിന്റെ രാജകീയമായ ചീറ്റലും, ശൗര്യവും, ആക്രോശവും എല്ലാം. എന്താ, പരീക്ഷിച്ച് നോക്കണമെന്നുണ്ടോ? സൂക്ഷിച്ചു മതി. കേട്ടോ.

പണ്ടൊരിക്കൽ ഒരു മനുഷ്യൻ തന്റെ വീട്ടിലുണ്ടായിരുന്ന ഒരു പൂച്ച കാണിച്ച ചില അക്രമങ്ങൾ കാരണം (വറുത്തുവെച്ചിരുന്ന മീൻ കഷ്ണങ്ങളെല്ലാം ആരും കാണാതെ ഒന്നില്ലാതെ എല്ലാം തിന്ന് തീർത്തതോ അല്ലെങ്കിൽ അതുപോലെ മറ്റെന്തെങ്കിലുമോ കാരണമാകാം) അതീവ കോപിഷ്ടനായി ആ പൂച്ചയുടെ കഴുത്തറുത്ത് തീയിലിട്ടു. തീയിൽ

വീണ തല ശബ്ദമെടുത്ത് ആക്രോശിച്ചു.

"ശരി, തന്റെ ഭാര്യ പറഞ്ഞതുകേട്ട് താനെന്റെ കഴുത്തുവെട്ടി. താൻ വെട്ടിയത് പൂച്ചകളുടെ രാജാവിന്റെ കഴുത്താണെന്ന് തനിക്കറിയാമോ? കേട്ടോളൂ തന്റെ ഈ സാഹസം തക്ക രീതിയിൽ ശിക്ഷിക്കപ്പെടും"

അതുപറയുമ്പോൾ ആ പൂച്ചയുടെ കണ്ണുകൾ തിളങ്ങുന്നുണ്ടായിരുന്നു.

വർഷം ഒന്ന് കടന്നുപോയി. അയാൾ ഒരു പൂച്ചക്കുട്ടിയെ സ്നേഹിച്ച് വളർത്തുന്നുണ്ടായിരുന്നു. നേരത്തെ പറഞ്ഞ ആ സംഭവം നടന്ന് കൃത്യം ഒരുവർഷം തികഞ്ഞ ആ ദിവസം, അയാൾ തന്റെ പൂച്ചക്കുട്ടിയോട് സന്തോഷത്തോടെ കളിച്ചുകൊണ്ടിരിക്കുകയായിരുന്നു. എന്നാൽ തികച്ചും അപ്രതീക്ഷിതമായി ആ പൂച്ചക്കുട്ടി അയാളുടെ കഴുത്തിന് നേരെ ചാടി ശക്തമായി കടിച്ചു. കഴുത്തിൽ പൂച്ചയുടെ പല്ലുകൾ ആഴത്തിൽ പതിയുകയും അതുകാരണം അയാൾ കുറച്ച് സമയത്തിനുശേഷം മരിക്കുകയും ചെയ്തു.

എന്തുകൊണ്ട് ആ പൂച്ചക്കുട്ടി അങ്ങനെ ചെയ്തു. വേണമെങ്കിൽ, പൂച്ച രാജാവിന്റെ ആത്മാവ് ആ പൂച്ചക്കുട്ടിയിൽ അധിനിവേശിച്ചിരുന്നു എന്നും അങ്ങനെ മുൻപ് തനിക്കുണ്ടായ അപമാനത്തിനും, ജീവഹാനിക്കും, നേരിടേണ്ടി വന്ന ക്രൂരതക്കും പ്രതികാരം ചെയ്തതാണെന്നും നമുക്ക് പറയാം.

ഇത്തരം കഥകൾ അയർലണ്ടിലും, സ്കോർട് ലണ്ടിലും മറ്റ് യുറോപ്യൻ രാജ്യങ്ങളിലും ധാരാളം പ്രചാരത്തിലുണ്ട്. നാടോടിക്കഥകളായി.

മറ്റൊരു കഥ ഇങ്ങനെയാണ്.

വൃദ്ധയായ ഒരു സ്ത്രീ അർദ്ധരാത്രി സമയത്ത് തന്റെ വീട്ടിൽ എന്തോ തുന്നിക്കൊണ്ടിരിക്കുകയായിരുന്നു. വെളിയിലേക്കുള്ള വാതിൽ അകത്തുനിന്ന് ബന്ധിച്ചിരുന്നു.

അപ്പോഴാണ് കതകിന് ആരോ മുട്ടുന്ന ശബ്ദം കേട്ടത്. അല്പനേരത്തെ നിശ്ശബ്ദതക്കു ശേഷം വീണ്ടും കതകിൽ കൂടുതൽ ശക്തിയായി മുട്ടുന്ന ശബ്ദം. വൃദ്ധ എഴുന്നേറ്റ് സാക്ഷ മാറ്റി കതക് തുറന്ന് തിരക്കി.

"ഈ അർദ്ധരാത്രി സമയത്ത് ആരാ കതകിന് മുട്ടുന്നത്?"

അപ്പോൾ വെളിയിൽ നിന്ന് ആരോ പറഞ്ഞു.

"ങ്ങാ. ജൂഡി, ഞാനൊന്ന് അകത്തേക്ക് വന്നോട്ടെ. ഇവിടെ വെളിയിൽ സഹിക്കാനാകാത്ത തണുപ്പാ. കൂടാതെ എനിക്ക് നന്നായി വിശക്കുന്നുമുണ്ട്."

“നിങ്ങൾ ആരാണ്?”

“ങ്ങാ, അതൊക്കെ പിന്നെ പറയാം. നീ കതകൊന്ന് നല്ലപോലെ തുറക്ക്. അകത്തുവന്നിട്ട് ഞാനെല്ലാം പറയാം”

ജൂഡിക്ക് സഹതാപം തോന്നി. പാവം സ്ത്രീ. ശരിയായിരിക്കും. വിശന്നിട്ടല്ലെ പോരാത്തതിന് നല്ല തണുപ്പും. അങ്ങനെ വിചാരിച്ചു കൊണ്ട് ജൂഡി കതക് നല്ലതുപോലെ തുറന്നു.

പ്രത്യേകിച്ച് അനുവാദത്തിനൊന്നും കാത്തു നിൽക്കാതെ ഒരു വലിയ കറുത്ത പൂച്ച, നല്ല കറുത്ത നിറം; ജ്വലിക്കുന്ന കണ്ണുകളും, കഴുത്തിന് താഴെ നെഞ്ചിന് നല്ല വെള്ളനിറം; ഒപ്പം കൊഴുത്ത്, വെളുത്ത രണ്ട് പൂച്ചക്കുട്ടികളും അകത്തേക്ക് നിസ്സങ്കോചം കയറി. മൂന്നു പേരും നേരെ സ്വീകരണ മുറിയിലെ നെരിപ്പകത്തിനടുത്ത് ചെന്ന് ഇരിക്കുകയും ചെയ്തു. അവിടെയിരുന്ന് അവർ ഉച്ചത്തിൽ കോട്ടുവാ ഇടുകയും, തണുപ്പ് മാറിക്കിട്ടുന്നതിന്റെ സന്തോഷം പ്രകടിപ്പിക്കുകയും ചെയ്തുകൊണ്ടിരുന്നു.

ആ സമയമെല്ലാം ജൂഡി തന്റെ തുന്നൽ വേല തുടർന്നും ചെയ്യുകയായിരുന്നു. അതിഥികളോട് ഒന്നും ചോദിക്കുവാൻ മിനക്കെട്ടതുമില്ല. കുറേ നേരത്തിന് ശേഷം ആ കരിം പൂച്ച പറഞ്ഞു.

“ജൂഡി, ഇനിമേൽ നീ ഇങ്ങിനെ രാത്രി സമയങ്ങളിൽ വളരെനേരം ഉറക്കമിളച്ച് ജോലി ചെയ്യാൻ പാടില്ല. അർദ്ധരാത്രിയോടടുത്ത സമയം എപ്പോഴും യക്ഷികൾക്കും, പ്രേതങ്ങൾക്കും അവകാശപ്പെട്ടതാണ്. ആ സമയത്ത് നീ ഉണർന്നിരുന്നാൽ അവർക്ക് ശല്യമാകും. എന്താ മനസ്സിലായോ?”

ജൂഡി ഒന്നും പറയാതെ ആ കരിമ്പൂച്ചകളെ ശ്രദ്ധിച്ചുകൊണ്ടിരുന്നു. ‘ഇത് എന്തിനുള്ള ഭാവമാണ്. അത് എന്നെ ഉപദ്രവിക്കുമോ? അവർ സംശയിക്കാതിരുന്നില്ല.

കരിം പൂച്ച തുടർന്നു.

“ഇന്നുതന്നെ അവരിൽ ചിലർക്ക് ഇവിടെ ഒത്തുകൂടാൻ താൽപര്യമുണ്ടായിരുന്നു. അത് നടക്കാതെപോയതിൽ അവർക്ക് ദേഷ്യവുമുണ്ട്. ഞാനും എന്റെ മക്കളും ഈ സമയത്ത് ഇവിടെ ഉണ്ടായത് നിന്റെ ഭാഗ്യം. ഇല്ലെങ്കിൽ അവർ നിന്നെ വകവരുത്തുമായിരുന്നു എന്നതിന് സന്ദേഹമില്ല. അതുകൊണ്ട് ഇനി ഒരിക്കലും രാത്രികാലങ്ങളിൽ ഇങ്ങനെ ഉണർന്നിരിക്കാൻ പാടില്ല. രാത്രി യക്ഷികൾക്കും ഗന്ധർവ്വന്മാർക്കും മറ്റ് പരേതാത്മാക്കൾക്കും മാത്രമുള്ളതാണ്. ഓർമ്മയിരിക്കട്ടെ.”

കരിമ്പൂച്ച പറഞ്ഞുനിർത്തിയത് ഒരു താക്കീതിന്റെ സ്വരത്തിലായിരുന്നു.

"കേട്ടല്ലൊ. ഈ പ്രാവശ്യം ഞാൻ നിന്നെ രക്ഷിച്ചു. ഇനി നീ തന്നെ സൂക്ഷിച്ചോണം. ശരി. എനിക്ക് നല്ല ക്ഷീണമുണ്ട് എനിക്കും എന്റെ മക്കൾക്കും ഓരോ കപ്പ് നല്ല തണുത്ത പാല് തന്നാൽ നല്ലത്".

ജൂഡി മറുപടി ഒന്നും പറഞ്ഞില്ലെങ്കിലും അടുക്കളയിൽ നിന്ന് പാലെടുത്ത് അവർക്ക് കൊടുത്തു. മൂന്നുപേരും പാല് ആസ്വദിച്ച് കുടിച്ചു. അതിനുശേഷം നടന്ന് മറയുകയും ചെയ്തു. പോകുന്നതിന് മുൻപ് പാല് നൽകിയതിന് നന്ദി പറയുകയും ചെയ്തു.

"ഞങ്ങളോട് നല്ല രീതിയിൽ പെരുമാറിയതിനും പാല് തന്നതിനും നന്ദി. ഞങ്ങളോട് കാണിച്ച നല്ല പെരുമാറ്റത്തിന് വേണ്ട പാരിതോഷികം നിനക്ക് കിട്ടിയിരിക്കും."

ആ പൂച്ചകൾ നടന്നുമറഞ്ഞതിന് ശേഷം കതക് അടക്കാൻ തുടങ്ങിയ ജൂഡി മുറ്റത്ത് എന്തോ തിളങ്ങുന്ന ഒരു സാധനം കിടക്കുന്നത് കണ്ടു. എടുത്ത് നോക്കിയപ്പോൾ അവർ അതിശയിച്ചു പോയി. സാമാന്യം വലിപ്പമുള്ള ഒരു വെള്ളിക്കട്ടി. താൻ പല വർഷങ്ങൾ ജോലി ചെയ്താൽ പോലും അത്തരം ഒരു വെള്ളിക്കട്ടി സ്വന്തമാക്കാൻ കഴിയുമായിരുന്നില്ല. സന്തോഷത്തോടെ ജൂഡി വീട്ടിനുള്ളിലേക്ക് നടന്നുകയറി.

അതിനുശേഷം ജൂഡി ഒരിക്കലും അർദ്ധരാത്രിയോടടുത്ത സമയങ്ങളിൽ ഉണർന്നിരുന്ന് ജോലി ചെയ്യാൻ മിനക്കെട്ടിട്ടില്ല.

കരിമ്പൂച്ചകളെക്കുറിച്ചുള്ള കഥകൾ വളരെ വൈവിധ്യം നിറഞ്ഞതും രസകരങ്ങളും ആണ്. നമുക്ക് അത്തരത്തിലുള്ള മറ്റൊരു കഥകൂടി വായിക്കാം.

ഈ സംഭവം നടന്നത് അയർലണ്ടിലെ ലുക്ബിർണെ എന്ന സ്ഥലത്തെ ഫ്രാൻസിസ് റോഡിൽ വെച്ചാണ്. ആ കാലത്ത് കുതിരവണ്ടികൾ ധാരാളമായി ദീർഘദൂര സവാരികൾക്ക് ഉപയോഗപ്പെടുത്തിയിരുന്നു. ഇന്ന് നമ്മുടെ റോഡുകളിൽ ഓടുന്ന ഷെയർ ആട്ടോകളില്ലെ? അതുപോലെ. ഒരു പട്ടണത്തിൽ നിന്ന് മറ്റൊരു പട്ടണത്തിലേക്കു അത്തരം കുതിരവണ്ടികൾ യാത്രക്കാരുടെ സൗകര്യത്തിന് സഞ്ചരിക്കുന്നത് പതിവായിരുന്നു.

ഈ കഥയിൽ അത്തരം ഒരു കുതിരവണ്ടി ബങ്കോളയിൽ നിന്നും ഡബ്ളിനിലേക്ക് യാത്രചെയ്യുകയായിരുന്നു. ഒരു കറുത്ത പൂച്ച തന്റെ വണ്ടിക്കൊപ്പം ഓടിക്കൊണ്ട് എന്തൊക്കെയോ ഉച്ചത്തിൽ പുലമ്പുന്നത് വണ്ടിക്കാരന്റെ ശ്രദ്ധയിൽ പെട്ടു. അയാൾ വണ്ടിയുടെ വേഗം

കുറച്ച് പൂച്ച പുലമ്പുന്നത് എന്താണെന്ന് ശ്രദ്ധിച്ചു.

"മോളി ബ്രാണിനോട് ദയവു ചെയ്തു പറയണേ, അവളുടെ ടോംജോൺ ഇന്നുകാലത്ത് മരിച്ചുപോയി എന്ന്. മറക്കാതെ പറയണേ." അതായിരുന്നു ആ പൂച്ച വീണ്ടും വീണ്ടും ശബ്ദമെടുത്തു വിളിച്ചുപറഞ്ഞുകൊണ്ടിരുന്നത്.

പൂച്ച വണ്ടിക്കൊപ്പം റോഡരുകിൽക്കൂടി ഓടിക്കൊണ്ടേയിരിക്കുന്നത് കണ്ടപ്പോൾ അയാൾക്ക് അതൊരു ശല്യമായി തോന്നി. തന്റെ വണ്ടിയിലുണ്ടായിരുന്ന ഒരു ചെറിയ കല്ല് പൂച്ചയെ നോക്കി എറിഞ്ഞു.

"ഛെ. ഇതെന്തൊരു ശല്യമാ. എവിടെയെങ്കിലും പോയി ചത്തൂടെ" അയാൾ കോപത്തോടെ പറഞ്ഞു.

പിന്നീട് ആ പൂച്ചയെ കണ്ടില്ല. വണ്ടികുറച്ച് സമയത്തിനുശേഷം പതിവായി എല്ലാ വണ്ടിക്കാരും വിശ്രമിക്കാനായി നിർത്താറുള്ള ഫ്രാൻസിസു റോഡിൽ നിർത്തി അടുത്തുള്ള ബാറിൽക്കയറി ഒരു കുപ്പി ബീയർ വാങ്ങി. സാധാരണ കാണാറുള്ള മറ്റ് വണ്ടിക്കാരോടൊപ്പം കുശലം പറഞ്ഞ്. ബീയറും കുടിച്ച് ഇരുന്നു. പലതും പറയുന്നതിനിടയിൽ അയാൾ രാവിലെ തനിക്കുണ്ടായ അനുഭവം പറഞ്ഞു.

"ആ പൂച്ച വിളിച്ചു പറഞ്ഞത് എന്താണെന്ന് കേൾക്കണ്ടേ?"

ടോം ജോൺ മരിച്ചുപോയി പോലും! എനിക്ക് തികച്ചും വ്യക്തമായി മനസ്സിലാക്കാൻ കഴിഞ്ഞു. ആ പൂച്ച ടോം ജോൺ മരിച്ചു എന്നാണ് വിളിച്ചു പറഞ്ഞത്"

അപ്പോഴാണ് അവർ ശ്രദ്ധിച്ചത്. ബിയർ കുപ്പികൾ അടുക്കി വെച്ചിരുന്ന അലമാരയുടെ മുകളിലിരുന്ന തവിട്ടുനിറത്തിലുള്ള പൂച്ച പെട്ടെന്ന് താഴേക്ക് ചാടി. ചാടിയതും, "അതെന്റെ ഭർത്താവാണ്, ഭർത്താവാണ്" എന്ന് ഉച്ചത്തിൽ പറഞ്ഞു കരഞ്ഞുകൊണ്ട് ഓടാൻ തുടങ്ങി. ബങ്കോളിയിലേക്കുള്ള നിരത്തിൽക്കൂടി ആ പൂച്ച ഓടി മറഞ്ഞു.

ബാറിന്റെ ഉടമസ്ഥനിൽ നിന്നും പിന്നീട് മനസ്സിലായത് ആ ചാര നിറത്തിലുള്ള പൂച്ചയുടെ പേര്. 'മോളി ബ്രൗൺ' എന്ന് ആയിരുന്നുവെന്നും ആ സംഭവത്തിനു ശേഷം മോളിബ്രൗണിനെ ഫ്രാൻസിസ് റോഡിലെങ്ങും കണ്ടിട്ടില്ലെന്നും ആണ്.

## സ്വപ്നം കണ്ടുകൊണ്ടേയിരിക്കുന്ന ടിം

കോർക്കിന് പടിഞ്ഞാറ് ഏതാണ്ട് അറുപത് കിലോമീറ്റർ ദൂരത്തിലുള്ള ഒരു ചെറിയ ഗ്രാമമാണ് ബല്ലേദോബ്. ഒരു കുന്നിൻ മുകളിലെ താഴ്വര എന്ന് വേണമെങ്കിൽ പറയാം. കാരണം ബല്ലേദോബ് കുന്നിന്റെ മുകളിലാണെങ്കിലും ആ സ്ഥലത്തിന് ചുറ്റിലും തലയെടുപ്പുള്ള ധാരാളം കുന്നുകളും, ഉയർന്ന് വളർന്നു നിൽക്കുന്ന മരങ്ങളും ഉണ്ടായിരുന്നു എന്നതുതന്നെ. ആ താഴ്വരയുടെ ചുറ്റും ഉയർന്നുനിന്ന കുന്നുകൾക്കും ഉയരത്തിൽ പറക്കുന്ന കഴുകന്മാർ ഓർമ്മയിൽ നിന്ന് മാഞ്ഞുപോകാത്ത ഒരു ദൃശ്യമാണ്. ആ കുന്നുകളിൽ ഒന്നിന്റെ മുകളിൽ ഒരു ചെറിയ തടാകവും ഉണ്ടായിരുന്നു. ആ തടാകത്തിന്റെ ആഴം എത്രയെന്ന് ആർക്കും ഊഹിക്കുവാൻ കൂടി കഴിഞ്ഞിട്ടില്ല. അത്ര ആഴമുള്ള ആ തടാകത്തിലെ ഏക ജീവി ഒരു വലിയ സർപ്പം ആയിരുന്നു. ചിലപ്പോഴൊക്കെ ആ വലിയ സർപ്പം അതിന്റെ ഭീമാകാരമായ തല ജലനിരപ്പിന് മുകളിൽ ഉയർത്തിപ്പിടിച്ച് നിൽക്കുമായിരുന്നു. ആ സമയത്ത് അതുണ്ടാക്കുന്ന സീൽക്കാരം ആരെയും ഭയപ്പെടുത്തുന്നതായിരുന്നു.

ആ ഗ്രാമത്തിൽ എല്ലാവർക്കും ടിം-നെ അറിയാമായിരുന്നു. എല്ലാവർക്കും അയാളെക്കുറിച്ച് നല്ല അഭിപ്രായവും ആയിരുന്നു. സത്യസന്ധനായ, അന്തസ്സുള്ള, അധ്വാനശീലനായ, ആവശ്യങ്ങൾക്ക് വേണ്ടത്ര സമ്പാദിക്കുന്ന ഒരാൾ; അതായിരുന്നു ടിം നേക്കുറിച്ച് എല്ലാവരുടേയും അഭിപ്രായം.

ഒരിക്കലും അയാൾ വീട്ടുവാടക കുടിശ്ശിക വെച്ചിട്ടില്ല. ടിം, തന്റെ വീട്ടുവാടക പശുവിന്റെ വാലുപോലെ എപ്പോഴും പുറകിലാണല്ലോ എന്ന് വീട്ടുടമസ്ഥനേക്കൊണ്ട് പറയിപ്പിക്കേണ്ട സന്ദർഭങ്ങൾ ഉണ്ടായിട്ടേ ഇല്ല എന്ന് പറഞ്ഞാൽ തെറ്റും. രണ്ടു പ്രാവശ്യം മാത്രം അങ്ങനെ പറയിപ്പിക്കാൻ അവസരം ഉണ്ടായി എന്നതാണ് സത്യം. ടിം-ന് പറ്റിയ ഒരു തെറ്റ് എന്നും പറയാം.

അത്രയൊക്കെ നല്ലവനായിരുന്ന ടിം ഏതോ കാരണവശാൽ കുറേ കൂടുതലായി കുടിക്കാൻ ആരംഭിച്ചു. കുടിച്ചു കഴിഞ്ഞാൽ അയാൾ നന്നായി ഉറങ്ങും. ഉറക്കത്തിൽ സ്വപ്നം കാണുന്നതും പതിവായിരുന്നു. നീണ്ട നീണ്ട സ്വപ്നങ്ങൾ; ഓരോ രാത്രിയിലും, എല്ലാ രാത്രികളിലും അത് ഒരു പതിവായി. ഞാൻ താമസിച്ചിരുന്ന പുരയിടത്തിൽ എവിടെയൊക്കെയോ ഭൂമിക്കടിയിൽ കിടക്കുന്ന സ്വർണവും, വെള്ളിയും, രത്നങ്ങളും അയാളുടെ സ്വപ്നങ്ങളിൽ സ്ഥാനം പിടിച്ചു. രാത്രികളിൽ സ്വപ്നം കണ്ട് ഉണർന്ന് പുരയിടത്തിൽ അവിടെയുമിവിടെയുമെല്ലാം മൺവെട്ടിയെടുത്ത് കുഴിതോണ്ടും. പകലായാൽ കിടന്ന് ഉറങ്ങും. ഈ പതിവ് ടിം-ന്റെ ഭാര്യയേയും ആകുലചിത്തയാക്കി.

അങ്ങനെ ദിവസങ്ങൾ കടന്നുപോയി. അടുത്തടുത്ത് രണ്ടുദിവസം ടിം സ്വപ്നം കണ്ടു. തനിക്ക് ഒരു കുഴിയിൽ നിന്നും ധാരാളം വിലപിടിപ്പുള്ള പണ്ടങ്ങൾ കിട്ടി എന്നാണ്, പക്ഷേ സ്വന്തം പുരയിടത്തിൽ നിന്ന് ആയിരുന്നില്ല. മറിച്ച് പേരുകേട്ട ലണ്ടൻ പാലത്തിന് അടുത്തു നിന്ന് കിട്ടി എന്നായിരുന്നു സ്വപ്നം.

അടുത്തടുത്ത ദിവസങ്ങളിൽ കണ്ട സ്വപ്നം അവഗണിക്കാൻ മാത്രം മണ്ടനായിരുന്നില്ല ടിം. അതുകൊണ്ടുതന്നെ അയാൾ സ്നേഹിതനായ പാറ്റിന്റെ കുതിരവണ്ടിയിൽ ലണ്ടനിലേക്ക് യാത്രയായി. അധികം താമസിയതെ ലണ്ടനിലെത്തിയ ടിം പ്രയാസമില്ലാതെ ലണ്ടൻ പാലവും കണ്ടെത്തി. ലണ്ടൻ പാലത്തിനടുത്ത പരിസരങ്ങളിലെല്ലാം ചുറ്റിക്കറങ്ങി, മുക്കിലും മൂലയിലുമെല്ലാം തിരച്ചിൽ തുടങ്ങുകയും ചെയ്തു. അങ്ങനെ ഒരു ദിവസം ടിം പാലത്തിൽനിന്നുകൊണ്ട് കുനിഞ്ഞു താഴേക്ക് നോക്കുന്ന സമയം അയാളുടെ അടുത്ത് അതികായനായ ഒരു മനുഷ്യൻ എത്തി. കറുത്ത വലിയ മീശ; കഴുത്തു മുതൽ പാദങ്ങൾ വരെ നീണ്ടുകിടന്ന കറുത്ത കുപ്പായം; നല്ല കറുത്ത മുഖം.

"ടിം. നീ എന്നെ കാണുന്നുണ്ടോ?" ഗംഭീരമായ ശബ്ദത്തിലുള്ള ആ ചോദ്യംകേട്ട്, ടിം തലയുയർത്തി നോക്കിയപ്പോളാണ് ആ മനുഷ്യനെ കണ്ടത്. ടിം അയാളെ കണ്ടതും ഒന്ന് പരിഭ്രമിച്ചു. എങ്കിലും നിദാനമായി മറുപടി പറഞ്ഞു.

"ഉണ്ട്, സർ, കാണുന്നുണ്ട്."

"ടിം. നീ എന്തിനാണ് ഇവിടെ വന്നിരിക്കുന്നത്? നിന്റെ വീട്ടിൽ നിന്നും ഇവിടെവരെ വരണമെങ്കിൽ എന്തെങ്കിലും പ്രത്യേകിച്ച് ഉദ്ദേശ്യം കാണുമല്ലൊ."

തന്റെ പേരും, തന്റെ വീട് ഇവിടെനിന്നും വളരെ ദൂരെയാണെന്നും ഇയാളെങ്ങനെ അറിഞ്ഞു. അതായിരുന്നു ടിം-ന്റെ സംശയം, എങ്കിലും വിനയപൂർവ്വം പറഞ്ഞു.

"സർ. ഞാൻ എന്റെ ഭാഗ്യം പരീക്ഷിക്കാനെത്തിയതാണ്"

"ഭാഗ്യം പരീക്ഷിക്കാനോ?"

"അതേ സർ. ഇതാണ് സത്യം."

"നീ ഒരു വിഡ്ഢിയാണെന്നതിൽ സംശയമില്ല" അയാൾ പറഞ്ഞു.

"ടിം. നോക്ക്, ഭാഗ്യം പരീക്ഷിക്കാൻ പറ്റിയ നഗരമാണ്, ലണ്ടൻ എന്നതിൽ സന്ദേഹമില്ല. പക്ഷേ ഭാഗ്യപരീക്ഷണം നിസ്സാരമല്ല അത് കഠിനമേറിയ ജോലിയാണെന്ന് ഓർമ്മ വേണം. എന്നാൽ ഭാഗ്യം കിട്ടിക്കൂടാ എന്നും പറയാനാവില്ല."

ടിം. അല്പം ആലോചിച്ചതിനുശേഷം., 'ഈ മനുഷ്യന് എന്നെക്കുറിച്ച് എല്ലാം അറിയാമെന്ന് തോന്നുന്നു. ഇയാളോട് എല്ലാം സത്യങ്ങളും തുറന്ന് പറയുന്നതിൽ തെറ്റില്ല എന്ന് തീരുമാനിച്ചു. അയാളോട് തന്റെ സ്വപ്നങ്ങളെക്കുറിച്ച് ടിം വിശദമായി പറഞ്ഞു. ഒടുവിൽ ഇത്രയും കൂടികൂട്ടിച്ചേർത്തു.

"സർ, എന്നെപ്പോലെ ഭാഗ്യം തേടി ഇവിടേക്കുവരുന്ന മറ്റ് പലരും ഉണ്ടാകും ഇല്ലേ?"

"ശരിയാണ്. അങ്ങനെ ധാരാളം പേരുണ്ട്."

"പക്ഷേ, സാർ ഞാനിറങ്ങി തിരിച്ചത് സ്വപ്നത്തിൽ കണ്ട സ്വർണപുതയൽ കിട്ടുകയാണെങ്കിൽ എന്റെ ഭാര്യക്കും മക്കൾക്കും പ്രയോജനപ്പെടുമല്ലോ എന്ന ആഗ്രഹം ഒന്നുകൊണ്ടുമാത്രമാണ്."

"ടിം. പുതയൽ എവിടെയാണെന്നാണ് നീ സ്വപ്നത്തിൽ കണ്ടത്?"

"അത് കൃത്യമായി എനിക്കറിയില്ല, സാർ. ഈ പാലത്തിനടുത്ത് എവിടെയോ ഉണ്ടെന്നാണ് സ്വപ്നം കണ്ടത്."

"ഹൊ!ഹൊ! അങ്ങനെയോ?" അയാൾ ഉറക്കെ ചിരിച്ചുകൊണ്ട് ചോദിച്ചു. വീണ്ടും തുടർന്ന് അയാൾ പറഞ്ഞു.

"ഞാനും അങ്ങനെ ചില സ്വപ്നങ്ങളൊക്കെ കാണാറുണ്ട്. ഈയിടെ കണ്ട ഒരു സ്വപ്നത്തിൽ ഞാനും ഒരു സ്വർണ പുതയൽ കണ്ടു. എവിടെയാണെന്നല്ലേ? നിനക്കറിയാമോ, നിന്റെ ബല്ലേദോബ് ഗ്രാമത്തിലെ ജെറിഡ്രിസ്കോ മൈതാനം? ആ മൈതാനത്തിൽ നിറയെ മഞ്ഞപ്പൂക്കൾ വിടർന്നു നിൽക്കുന്ന ഫൂർസ് ചെടിയുടെ അടുത്താണ് ഞാൻ കണ്ട പുതയൽ"

അത്രയും പറഞ്ഞു തീർത്തതും ആ വിചിത്ര വേഷധാരിയായ മനുഷ്യൻ അപ്രത്യക്ഷനായി

ടിം നടന്നതെല്ലാം ഓർത്തുനോക്കി. ആ മനുഷ്യൻ പറഞ്ഞ മൈതാനം ടിം-ന് നന്നായി അറിയാമായിരുന്നു. അവിടെ

പൂത്തുലഞ്ഞു നിൽക്കുന്ന ഫൂർസ് മരവും കണ്ടതായി ടിം ഓർത്തു. അതുകൊണ്ട് തന്നെ ടിം സ്വയം പറഞ്ഞു. 'അതെതെ ജെറി ഡ്രിസ്കോ മൈതാനത്തിൽ പുതയൽ തീർച്ചയായും കാണും."

ടിം അന്നുതന്നെ സ്വന്തം ബല്ലെദോബിലേക്ക് യാത്രതിരിച്ചു. തിരികെ വീട്ടിലെത്തിയ ടിം- ന് ഭാര്യ നോറയുടെ പക്കൽ നിന്നും അത്ര നല്ല സ്വീകരണമല്ല കിട്ടിയത്. അയാളെകണ്ടപ്പോൾ അവൾക്ക് വന്ന ദേഷ്യത്തിന് അതിരില്ലായിരുന്നു.

"ഒരു മനുഷ്യൻ വന്നിരിക്കുന്നു. സദാ സമയവും ജോലിയൊന്നും ചെയ്യാതെ സ്വപ്നം കണ്ടുകൊണ്ട് നടക്കുന്നു."

എന്നാൽ ടിം വളരെ സന്തോഷത്തിലായിരുന്നു. അയാളുടെ പതിവിൽ കൂടുതലായ സന്തോഷത്തിനുള്ള കാരണം നോറയ്ക്ക് പിടി കിട്ടിയില്ല. എന്നിരുന്നാലും ടിം തന്റെ ചാതുര്യമുള്ള സംഭാഷണം കൊണ്ട് അവളെ ഒരളവ് സമാധാനിപ്പിച്ചു.

"ഞാൻ ലണ്ടനിലേക്ക് പോയത് വെറുതെയാണെന്ന് നിങ്ങൾ കരുതുന്നുണ്ടോ?" ടിം ഭാര്യയോടും മക്കളോടും ചോദിച്ചു.

"ദാ നോക്ക്. ഞാൻ നിങ്ങൾക്ക് എന്തൊക്കെ വാങ്ങിക്കൊണ്ടുവ ന്നിട്ടുണ്ട്. നോക്ക്."

നടക്കുമ്പോൾ ശബ്ദം വെച്ച ജ്വലിക്കുന്ന ചെരുപ്പുകൾ മക്കൾക്ക് ഇഷ്ടപ്പെട്ടു. അതവർക്ക് കൊടുത്തിട്ട് അയാൾ പറഞ്ഞു.

"നോറാ, നിനക്ക് പള്ളിയിലും മറ്റും പോകാൻ നല്ല കുപ്പായം ഇല്ലെന്ന് പറയാറില്ലേ? ദാ, ഈ കുപ്പായം നിനക്ക് നല്ല ചേർച്ചയാ യിരിക്കും. ഇല്ലേ? ഒന്നിട്ടുനോക്ക്. അതുപോലെ ഈ ചെരുപ്പുകളും."

നോറയ്ക്ക് അവ ഇഷ്ടമായി. എല്ലാവരും സുഖമായി സന്തോഷമായി അടുത്ത രണ്ടു മൂന്ന് ദിവസങ്ങൾ കഴിഞ്ഞു. എങ്കിലും ടിം ഇടക്കിടെ പറയാറുണ്ടായിരുന്നു.

"ഞാൻ ലണ്ടനിൽ പോയതുകൊണ്ട് നല്ല പ്രയോജനം ഉണ്ടാകു മോയെന്ന് ഞാനൊന്നു നോക്കട്ടെ."

ടിം അങ്ങനെ പറഞ്ഞുകൊണ്ടിരുന്നതിന്റെ അർത്ഥം അവർക്കാർ ക്കും പിടികിട്ടിയില്ല. രണ്ടു മൂന്ന് ദിവസങ്ങൾക്കുശേഷം ടിം തന്റെ ചെറിയ പുരയിടം ഒരു പരിചയക്കാരന് വിറ്റു കിട്ടിയ പണം കൊണ്ട് അടുത്തുള്ള തരിശായിക്കിടന്ന ഡ്രിസ്കോ മൈതാനം അതിന്റെ ഉടമ സ്ഥന്റെ കയ്യിൽനിന്നും വിലയ്ക്ക് വാങ്ങി. ആ വിവരം കേട്ടവർ കേട്ടവർ പറഞ്ഞു.

"ഈ ടിം എന്ത് മണ്ടത്തരമാ കാണിച്ചത്? അവന്റെ നല്ല വസ്തു വിറ്റിട്ട് ഒന്നിനും കൊള്ളാത്ത ആ മൈതനം ബുദ്ധിയുള്ള ആരെങ്കിലും

വാങ്ങിക്കുമോ?"

" അതെയതെ. തികച്ചും മണ്ടത്തരമാ അവൻ കാണിച്ചത്."

നോറയ്ക്കും അതേ അഭിപ്രായമായിരുന്നു. അവൾ തന്നാൽ കഴിയുന്നത്ര ഭർത്താവിനെ ശകാരിച്ചു. പക്ഷേ ടിം അതൊന്നും കേട്ടഭാവം കാണിക്കാതെ താൻ മനസ്സിൽ കരുതിയിരുന്ന പദ്ധതിയുമായി മുന്നോട്ട് പോയി. അയാൾ ഒരു നല്ല മമ്മട്ടിയും പിക്കാസും വാങ്ങി. രാത്രി അയൽവാസികളെല്ലാം ഉറക്കമായ സമയം നോക്കി ടിം തന്റെ പുതിയഭൂമിയിലുണ്ടായിരുന്ന ഫർസ് ചെടിയുടെ ചുവട്ടിൽ തോണ്ടാൻ തുടങ്ങി. രാത്രി വളരെ അധികനേരം ടിം തന്റെ പണി തുടർന്നു. നേരം വെളുക്കാറായപ്പോൾ മമ്മട്ടിയും പിക്കാസും തന്റെ കുടിലിൽ വെച്ചിട്ട് ഉറങ്ങാൻ തുടങ്ങി. താൻ പുതയൽ തേടുന്നത് മറ്റാരും അറിയരുതെന്ന് ടിം-ന് നിർബന്ധമായിരുന്നു.

ടിം തന്റെ ജോലി എല്ലാ രാത്രികളിലും തുടർന്നു പക്ഷേ ഫലമൊന്നും ഉണ്ടായില്ല. നോറെ അയാളെ ശകാരിച്ചുകൊണ്ടേയിരുന്നു. നാലഞ്ച് രാത്രികളിൽ ബദ്ധപ്പെട്ട് ആഴത്തിൽ കുഴി തോണ്ടിയിട്ടും പ്രയോജനപ്പെട്ടില്ല. എങ്കിലും അന്നുരാത്രി തോണ്ടുമ്പോൾ ഏതോ ഒരു കുടത്തിൽ പിക്കാസ് തട്ടിയതുപോലെ ഒരു ശബ്ദം കേൾക്കാനിടയായി. ടിം ശ്രദ്ധയോടുകൂടി കുഴിയിലിറങ്ങി ശബ്ദം എങ്ങനെ, എവിടെ നിന്ന് വന്നു എന്ന് പരിശോധിച്ചപ്പോൾ വിശ്വസനീയമല്ലാത്ത ഒരു സംഭാഷണം കേട്ടു.

"ഈ ടിം-നെ ഒന്നു പറ്റിക്കാൻ എന്താ ഒരു മാർഗ്ഗം?"

"നമുക്കവനെ പിടിച്ച് അടുത്തുള്ള മലമുകളിൽ കൊണ്ടുപോയി അവിടെ വസിക്കുന്ന പെരുമ്പാമ്പിന് ഭക്ഷണമായി കൊടുക്കാം."

"ഏയ് അതുവേണ്ട. നമുക്ക് അവനെ അടുത്തുള്ള ചതുപ്പുനിലത്തിൽ ചവുട്ടി താഴ്ത്തിയാലോ?"

അതെല്ലാം കേട്ട് ടിം ഭയന്ന് വിറച്ച് ഒരു ജിവശ്ശവമായി എന്നു പറഞ്ഞാൽ തെറ്റാവില്ല."

"ച്ചെ. അതുവേണ്ട. അവൻ നമ്മളോട് തെറ്റൊന്നും പ്രവർത്തിച്ചിട്ടില്ലല്ലോ."

ഏതാണ്ട് ബോധം കെട്ടുപോയിരുന്ന ടിം കുറച്ചു സമയം കഴിഞ്ഞാണ് ആ അബോധാവസ്ഥയിൽ നിന്ന് ഉണർന്നത്. ഉണർന്ന ഉടനേ തന്റെ മമ്മട്ടിയും പിക്കാസും എടുത്തുകൊണ്ട് കുടിലിലേക്ക് തിരികെ പോരുകയുംചെയ്തു. എങ്കിലും അടുത്ത ദിവസം രാത്രിയിലും ധൈര്യം സമ്പാദിച്ച് ടിം ആ കുഴിയുടെ പണി തുടരാനായി പോയി. കുഴിയിലിറങ്ങിയതും തലേദിവസം പിക്കാസ് തട്ടി ശബ്ദം ഉണ്ടായത്

എങ്ങനെയന്ന് മനസ്സിലാക്കാൻ ശ്രമിച്ചു.

കുഴിയുടെ അടിയിലായി ഒരു വലിയ ഉരുണ്ട കല്ല് ഉണ്ടായിരുന്നു. അതിന്റെ അടിയിൽ നിന്നാണ് തലേന്ന് സംഭാഷണം കേട്ടതെന്ന് ടിം സംശയിച്ചു. ഏതായാലും ആ കല്ല് ഒന്നുമാറ്റി നോക്കുക എന്ന് ടീം തീർച്ചയാക്കി. അല്പം ശക്തി ഉപയോഗിച്ച് കല്ല് എടുത്തുമാറ്റാൻ ടിം ശ്രമിച്ചു. ശ്രമം വിഫലമായില്ല. കല്ല് മാറ്റാൻ കഴിഞ്ഞു. എങ്കിലും കല്ല് അവിടെ നിന്നും ഇളക്കി എടുത്തപ്പോൾ സംഭവിച്ചത് തികച്ചും അപ്ര തീക്ഷിതവും ഭയാനകവും ആയിരുന്നു. കല്ലിനടിയിൽ ആഴത്തിൽ, കണ്ണെത്താത്ത അത്ര ആഴത്തിൽ ഒരു കുഴി. ടിം ആ കുഴിയിലേക്ക് കാലിടറി വീണു. വീണു എന്നു പറഞ്ഞാൽ ഒരു ചെറിയ വീഴ്ചയല്ല. അങ്ങ് താഴേക്ക്, വിശ്വസിക്കാനാകാത്തത്ര ആഴത്തിലേക്ക് വീണ ഒരു പ്രതീതിയാണ് ടിം-ന് ഉണ്ടായത് എന്നു മാത്രമല്ല ചുറ്റിനും അനേകം ആളുകൾ; എല്ലാവരും കുശഗാത്രർ, ഏതാണ്ട് തന്റെ പകുതി മാത്രം ഉയരമുള്ളവർ. അവർ ടിം- നേ നോക്കി ഉറക്കെയുറക്കെ അട്ട ഹസിച്ച് ചിരിച്ചു എന്നുമാത്രമല്ല ആരൊക്കെയോ ചേർന്നു ടിം നേ മുടിക്ക് പിടിച്ച് വലിച്ചുകൊണ്ട് കുറേ ദൂരം പോയി. ഒപ്പം തന്റെ കാഴ്ച നഷ്ടപ്പെട്ട ഒരനുഭവവും.

“വരു വരു. പ്രിയപ്പെട്ട ടിം ജാർ വിൻ, വന്നാലും” എല്ലാവരും ഏറ്റു പറഞ്ഞു.

ആ സമയമെല്ലാം ടിം ഭയം കൊണ്ട് വിറയ്ക്കുകയായിരുന്നു. അയാളുടെ പല്ലുകൾ കൂട്ടിയിടിച്ചുകൊണ്ടിരുന്നു. എങ്കിലും അയാൾ ബദ്ധപ്പെട്ട് പറഞ്ഞു.

“മാന്യന്മാരെ, സ്നേഹമുള്ളവരെ. ഞാൻ നിങ്ങളോട് അപേക്ഷിക്കു ന്നു. എന്നെ ദയവുചെയ്ത് ഒന്നും ചെയ്യരുതേ. ഞാനെന്തെങ്കിലും തെറ്റ് ചെയ്തെങ്കിൽ എന്നോട് ക്ഷമിക്കണം.”

ആരെല്ലാമോ ചുറ്റിനും നിന്ന് ചോദിക്കുന്നുണ്ടായിരുന്നു.

“എങ്ങനെയുണ്ടായിരുന്നു ടിം നിന്റെ ഇങ്ങോട്ടുള്ള യാത്ര?”

ബുദ്ധിമുട്ടിയാണെങ്കിലും അല്പം നർമ്മസരത്തോടുകൂടിത്തന്നെ ടിം മറുപടി പറഞ്ഞു.

“നന്നായിരുന്നു. ഒരു നല്ല കുതിര സവാരി പോലെ”

ചുറ്റിനും ധാരാളം ആളുകൾ ചിരിക്കുന്നത് കേട്ടു.

“ശരി. ടിം നീ നിന്റെ കണ്ണുകൾ ഇറുക്കി അടയ്ക്കു. അപ്പോൾ നിനക്ക് ഞങ്ങളെ കാണാൻ കഴിയും.” ആരോ പറഞ്ഞു.

“ദൈവമേ. കണ്ണടച്ചാൽ കാണാൻ കഴിയുമെന്നോ. ശരി. നിങ്ങൾ പറയുന്നത് ഞാനനുസരിക്കാം. അനുസരിക്കാതെ നിവൃത്തിയില്ലല്ലോ.

ഞാനിതാ കണ്ണടയ്ക്കുന്നു." അപ്പോൾ ആരോ തന്റെ കൺപോളകളിൽ ഏതോ ലേപനം പുരട്ടുന്നതുപോലെ ടിംന് അനുഭവപ്പെട്ടു.

"ടിം. ഇനി കണ്ണുതുറക്ക്"

കണ്ണു തുറന്ന ടിം കണ്ടത് അല്പം ദൂരത്തായി ഒരു കൂട്ടം സ്ത്രീകളും വൃദ്ധന്മാരും ചെറിയ കല്ലുകളും തകിടുകളും പരസ്പരം എറിഞ്ഞു കളിച്ച് രസിക്കുന്നതാണ്. ടിം അല്പം ധൈര്യം സമ്പാദിച്ച് അവരുടെ അടുത്തേക്ക് നടന്നു. അവർ എറിയുന്നത് എന്താണെന്ന് ശ്രദ്ധിച്ചു. അവ കല്ലുകളോ വെറും തകിടുകളോ ഒന്നുമായിരുന്നില്ല. മറിച്ച് എല്ലാം നല്ല ഒന്നാന്തരം സ്വർണ്ണ നാണയങ്ങളും മരതകക്കല്ലുകളും മറ്റുമായിരുന്നു.

'ഹൊ, എന്താ ഞാനീ കാണുന്നത്. ഇത്രയും സ്വർണ്ണമോ. എന്റെ കർത്താവേ', ടിം. മനസ്സിൽ വിചാരിച്ചു. 'ഇതിൽ ഒരു പിടി എനിക്കും കിട്ടിയിരുന്നെങ്കിൽ, എങ്കിൽ ഞാനെന്റെ നോറയ്ക്കും കുട്ടികൾക്കും നല്ല ഭക്ഷണം നൽകുമായിരുന്നു; നല്ല നല്ല വസ്ത്രങ്ങൾ വാങ്ങി കൊടുക്കുമായിരുന്നു' അങ്ങനെ വിചാരിച്ചു നിൽക്കുമ്പോൾ അപരിചിതനായ ഒരാൾ വന്ന് ടിം-നോട് പറഞ്ഞു.

"ടിം. നീ മര്യാദയായി പെരുമാറിയതു കൊണ്ട് തല്ക്കാലം ഞങ്ങൾ നിന്നെ പാമ്പിന്റെ ഇരയാക്കുന്നില്ല. മറിച്ച് ഞങ്ങൾ നിന്നെ സ്വതന്ത്ര്യനാക്കി തിരികെ പോകാൻ അനുവദിക്കുന്നു."

"നിങ്ങൾക്ക് ദീർഘായുസ്സുണ്ടാകട്ടെ. എനിക്ക് വളരെ സന്തോഷമായി. നിങ്ങൾക്കെല്ലാം നല്ലതു വരുത്താൻ ഞാൻ കർത്താവിനോട് പ്രാർത്ഥിക്കുന്നു."

"ശരി. ടിം. നീ തിരികെ പോകുമ്പോൾ നിന്റെ പോക്കറ്റുകൾ നിറയെ ഈ സ്വർണ്ണക്കല്ലുകളും, നാണയങ്ങളും തന്നാൽ നീ അതുകൊണ്ട് എന്തുചെയ്യും?"

അതുകേട്ടതും ടിം-ന്റെ മനസ്സ് സന്തോഷം കൊണ്ട് പതച്ചുപൊങ്ങി. അവൻ പറഞ്ഞു.

"ഞാൻ. ഞാനതുകൊണ്ട് എന്റെ നോറയ്ക്ക് നല്ല വസ്ത്രങ്ങൾ വാങ്ങും. ആഭരണങ്ങൾ വാങ്ങും. അവൾ മറ്റ് കുലീന സ്ത്രീകളെപ്പോലെ അന്തസ്സായി പള്ളിയിൽ പോകുന്നത് നോക്കിനിന്ന് സന്തോഷിക്കും." അല്പം നിർത്തിയിട്ട് അവൻ തുടർന്നു.

"എന്റെ കുട്ടികൾക്ക് വയറുനിറയെ നല്ല ആഹാരം വാങ്ങിക്കൊടുക്കും. കോഴിയിറച്ചിയും, മുട്ടയും, മീനും, ചോക്കലേറ്റും, ലഡ്ഡുവും, അങ്ങനെ എല്ലാം എല്ലാം, പിന്നെ ഞാൻ ഞങ്ങൾക്ക് താമസിക്കാനായി ഒരു നല്ല ചെറിയ വീട് വാങ്ങിക്കും. പിന്നെ, ഹുസൂർ, ഞാനെന്റെ പെങ്ങൾക്ക് കുറച്ചു പണം കൊടുത്ത് സഹായിക്കും. അവളും വളരെ

കഷ്ടപ്പെട്ടാണ് ജീവിക്കുന്നത്. പിന്നെ ഞാനും ഒരു കുപ്പി വിലകൂടിയ നല്ല വിസ്കി വാങ്ങിക്കും, അത് എനിക്കാണ് കേട്ടോ"

"ശരി. പറഞ്ഞതൊക്കെ മതി. ഇനി നീ തിരികെ പോകാൻ തയ്യാറായിക്കൊ. അതിനുമുൻപ് ഈ സ്വർണനാണയങ്ങൾ നിനക്ക് കഴിയുന്നത്ര നിന്റെ പോക്കറ്റുകളിൽ വാരി നിറച്ചോ"

അല്പനേരം കഴിഞ്ഞ് അയാൾ ടിം- നോട് വീണ്ടും പറഞ്ഞു.

"പോകാൻ സമയമായി ടിം. നീ നിന്റെ കണ്ണുകൾ ഇറുക്കി അടച്ച് പിടിക്ക്. പിന്നെ ഇങ്ങോട്ടുവന്നതുപോലെ തിരിച്ചു ഒരു കുതിര സവാരിക്ക് തയ്യാറായിക്കൊ." നിമിഷത്തിനുള്ളിൽ ടിം, താൻ കുഴിച്ചു കൊണ്ടിരുന്ന കുഴിയിൽ താനിളക്കിയിട്ടിരുന്ന കല്ലിന് മുകളിൽ എത്തി.

സാവധാനം ബോധം തെളിഞ്ഞപ്പോൾ, കണ്ണുകൾ തുറന്നുനോക്കി യപ്പോൾ ടിം-ന് ആകെ പരിഭ്രമമായി. എങ്ങനെയെങ്കിലും അവിടെ നിന്ന് രക്ഷപ്പെട്ടാൽ മതി എന്നതോന്നലായിരുന്നു മനസ്സുനിറയെ. അടുത്തുകിടന്ന പിക്കാസും മമ്മട്ടിയും കയ്യിലെടുത്തു ബദ്ധപ്പെട്ട് ധൃതിയിൽ ആ കുഴിയിൽ നിന്നും വെളിയിലിറങ്ങിയ ടിം വീട്ടിലേക്ക് കഴിയുന്നത്ര വേഗത്തിൽ ഓടി.

നോറ രാത്രിമുഴുവൻ ടിം. നെ കണ്ടില്ലല്ലോ എന്നതുകൊണ്ട് അയാൾ എവിടെപ്പോയി എന്ന് അന്വേഷിച്ച് നടക്കുകയായിരുന്നു. അപ്പോൾ ആ കുഴിയിൽ നിന്ന് കയറി അവരുടെ കുടിലിനെ ലക്ഷ്യം വെച്ച് ഓടുന്ന ടിംനെയാണ് അവൾ കണ്ടത്.

ടിം-ന് നോറയുടെ പക്കൽ നിന്നും കിട്ടിയത് അത്ര നല്ല സ്വാഗത മായിരുന്നില്ല. നോറ വായിൽ വന്ന ഭാഷയിലെല്ലാം ഭർത്താവിനെ ശകാരിച്ചു. അതെല്ലാം ടിം പ്രതീക്ഷിച്ചിരുന്നതുമായിരുന്നു. ടിം ഭാര്യയെ തന്റെ കയ്യിലുള്ള സ്വർണ്ണ നാണയങ്ങൾ കാണിച്ച് സാന്ത്വ നപ്പെടുത്താമെന്ന് കരുതി പോക്കറ്റിൽ ഉണ്ടായിരുന്ന നാണയങ്ങൾ വാരിയെടുത്തു. പക്ഷേ, തന്റെ കയ്യിൽ കിട്ടിയത് വെറും കല്ലുകളും. ഫർസ് ചെടിയുടെ ഉണങ്ങിയ പൂക്കളും മറ്റുമായിരുന്നു.ടിം അന്തംവിട്ട് നിന്നുപോയി.

'എന്താണ് തനിക്ക് സംഭവിച്ചത്? തനിക്ക് കിട്ടിയ സ്വർണ്ണക ട്ടികളും നാണയങ്ങളുമെല്ലാം എവിടെപ്പോയി? അയാൾ ചിന്തിച്ചു. കൂടുതൽ ശ്രദ്ധിച്ചപ്പോൾ തലേരാത്രിയിൽ കയ്യിലുണ്ടായിരുന്ന വിസ്കി കുപ്പി കാലിയിരുന്നതു മനസ്സിലായി.

ഒരുവേള താൻ കുടിബോധയിൽ കണ്ട ഭ്രമം മാത്രമായിരുന്നുവോ തലേരാത്രിയിൽ കണ്ട കാഴ്ചകൾ? ടിം അങ്ങനെ ചിന്തിക്കാൻ തുടങ്ങി.

ടിം തികച്ചും നിരാശനായി. എല്ലാം നഷ്ടപ്പെട്ടവൻ എന്ന ഒരു തോന്നൽ അയാൾക്ക് ഉണ്ടായി. ഏതായാലും അന്നുമുതൽ ടിം പുതിയ മനുഷ്യനായി എന്ന് നമുക്ക് സന്തോഷിക്കാം. കാരണം അയാൾ സ്വപ്നം കാണുന്ന പതിവ് തീരെ ഉപേക്ഷിച്ചു. എന്നും തന്റെ പുരയിടത്തിൽ അധ്വാനിക്കാനും നല്ല രീതിയൽ കൃഷി ചെയ്യാനും തുടങ്ങി. കുടി പാടെ നിർത്തി. ഭാര്യയോടും കുട്ടികളോടും കൂടുതൽ സ്നേഹത്തോടെ പെരുമാറാൻ തുടങ്ങി. ഫലമോ? ഏതാണ്ട് ആറുമാസത്തിനുള്ളിൽത്തന്നെ കൃഷിയിൽ നിന്നും സാമാന്യം നല്ല വരുമാനം കിട്ടിത്തുടങ്ങി. ഒന്നുരണ്ട് വർഷങ്ങൾക്കുള്ളിൽ കുടിലിനു പകരം ഒരു ചെറിയ നല്ല വീട് ഉണ്ടാക്കുവാനും കഴിഞ്ഞു. നോറയ്ക്കും കുട്ടിക്കൾക്കും നല്ല വസ്ത്രങ്ങൾ വാങ്ങി. അങ്ങനെ ടിം-ന്റേത് സന്തോഷമുള്ള ഒരു കുടുംബമായി. അയൽ വാസികൾ അവരെ സ്നേഹിക്കുവാനും അവരോട് സഹകരിക്കുവാനും തുടങ്ങി. ബൈല്ലെദോബ് ഗ്രാമവാസികൾ എല്ലാം ടിം- നെ ബഹുമാനിച്ചു.

ടിം- തന്റെ പഴയ കാലകഥകൾ, തന്റെ മടിപിടിച്ചിരുന്ന കാലത്തെ ദിവാസ്വപ്നങ്ങളുടെ കഥകൾ പലപ്പോഴും സ്നേഹിതരോട് പറയുമായിരുന്നു.

ലണ്ടൻ പാലത്തെയും അതുപോലെ ലിമെറിക് പ്രദേശത്തെയും ചുറ്റിപറ്റിയുള്ള ഇത്തരം ധാരാളം കഥകൾ അയർലണ്ടിലും ഇംഗ്ലണ്ടിലുമെല്ലാം പ്രചാരത്തിൽ ഉണ്ട്.

●

www.ingramcontent.com/pod-product-compliance
Lightning Source LLC
LaVergne TN
LVHW091224150826
845673LV00003B/1007

* 9 7 8 9 3 8 7 3 9 8 9 9 3 *